கண்ணனின் திருக்கதை

டாக்டர் ரா. சீனிவாசன்

Title: Kannanin Thirukathai

Author: R. Seenivasan

Language: Tamil

First Published on: 1992

Year of Publication: 2025

Book Format: Paperback

*Page Size: 6inch * 9inch*

Category: Religious

Subject: Religious Biography

No. of pages: 118

ISBN:978-81-998877-3-2

Published by: Nilan Publishers, Madurai, Tamilnadu, India

பொருளடக்கம்

முன்னுரை

பாரதமும் இராமாயணமும் இதிகாசங்கள் எனப்படு கின்றன. வீர வரலாற்றைக் காவியமாகக் கூறினால் அஃது இதிகாசம் எனப்படுகிறது.

இஃது இதிகாசம் ஆகாது; தெய்வக்கதை; தெய்வம் மானிடனாக அவதரித்து மனிதனைப் போல இயங்கி, தெய்வசக்தியோடு செயல் ஆற்றி வாழ்ந்த கதை இது.

கண்ணனின் கதை. அவன் ஒரு மாவீரன் என்பதற்காகப் பேசப்படுவது இல்லை; பிள்ளைமை அழகுடையது. அனைவரையும் மகிழ்வித்தவன், 'வீரன்' என்றால், அஃது அருச்சுனனைத்தான் குறிக்கும்; அவன் செயல் சிறந்தது; அதற்கு வழிகாட்டி கண்ணன்; "வில் அம்பினைவிட அறிவு. கூர்மை வாய்ந்தது" என்பது இவனிடம் காணப்படுகிறது. வலிமை மட்டும் வெற்றியைத் தந்துவிடாது; அறிவுக் கூர்மை; "இதுவே வெற்றி தரும்" என்பதனைக் கண்ணன் கதை காட்டுகிறது.

பிறந்த உடனே இடம் மாறிவிடுகிறான்; கம்சன் ஏமாற்றப்படுகிறான்; அவன் அறிவுத் திறன் அவன் குறும்புகளில் வெளிப்படுகிறது; தீராத விளையாட்டுப் பிள்ளை; பெண்களுக்கு ஓயாத தொல்லை" என்ற பெயர் வாங்குகிறான்; யோகிகளைப் போலச் சிரிக்காமல் அவன் வாழவில்லை; "பெரியவர் என்றால் சிரிக்கக் கூடாது." என்ற போலித்தனம் அவனிடம் இல்லை; அவன் ஒவ்வொரு செய்கையிலும் ஒரு புதுமை, ஒரு சிரிப்பு, ஓர் அற்புதம், திடுக்க வைக்கும் சாதனைகள் இவை எல்லாம் அவனை நேசிக்கச் செய்கின்றன.

முடியில் மயிற்பீலி; மஞ்சள் நிற ஆடை; துளப மாலை; கையில் குழல்; அதில் எழுப்பும் ஓசை எங்கும் இன்பத்தை

மூட்டுகிறது. அவன் குழல் இசை கேட்டு மயங்காதார் இல்லை; அந்த வகையில் அவன் ஓர் இசைக் கலைஞனாய் மற்றவர்களை மகிழ்விக்கிறான்; மகளிரோடு சேர்ந்து, குரவைக் கூத்து ஆடி, அனைவரையும் மகிழ்ச்சியில் ஆழ்த்துகிறான்.

அவன் சகடம் உதைத்ததும், பூதனையின் பால் உண்டதும், அவள் உயிரைச் சேரப் பருகியதும், மருத மரங்களை வீழ்த்தியதும், அசுரர்கள் பலரை இனம் தெரிந்து அழித்ததும், கோவர்த்தன மலையைக் குடையாய்ப் பிடித்ததும், இந்திரனுக்கு இட்ட சோறும் கறியும் தான் ஆயர்சிறுவர்களோடு உண்டதும், மலைப்பாம்பினைப் பிளந்ததும், நாரை வாயைக் கிழித்ததும், தேனுகனை விளவில் எறிந்து அழித்ததும் எல்லாம் திவ்விய பிரபந்தத்தில் திரும்பத் திரும்பக் கூறப்படுகின்றன.

கண்ணன் பலதார மணம் புரிந்து, சாதனை படைத்தவனாய் விளங்குகிறான்; பதினாறாயிரம் கன்னியர் அவனைக் கணவனாய் வரிக்கின்றனர். ருக்குமணியை மணக்கிறான்; தொடர்ந்து சத்தியபாமை, சாம்பவதி இவ்வாறு எட்டு பேரை மணக்கிறான்; வாழ்க்கையின் சுகத்தை உதறித் தள்ளியவன் அல்லன்; களங்கம் அறியாத யாதவக் கன்னியரை மகிழ்வித்தவன்.

இராதை கண்ணனுடன் நெருங்கி ஆடிப் பாடி மகிழ்ந்தவள், காதற் பவைகளாய்ப் பழகியவர்கள்; அவன் அவளை மணக்கவே இல்லை; "உறவினை மறக்கவும் தெரியும்" என்று நடந்துகொண்டவன் அவன்.

நப்பின்னை என்னும் நங்கையைப் பற்றித் தமிழ் நூலாகிய பிரபந்தம் பல இடங்களில் குறிப்பிடுகிறது. அவள் அவனுக்கு இளமைத் தோழி; வாழ்க்கைத் துணைவி.

"எருதுகள் ஏழனை அடக்கி, அவளை மணந்தான்" என்று கூறப்படுகிறது. பாகவதம் நப்பின்னையின் பெயரையே குறிப்பிடவில்லை; சியாமந்தக மணி என்னும் ஒரு கதைக்

கருவினைக் கொண்டு கதை அமைத்திருப்பது வியப்பாயுள்ளது.

கதை என்றால் கண்ணனின் கதைதான் எல்லா நயங்களும் பெற்றுள்ளது. கண்ணனின் விசயம், விளையாட்டு, லீலை என்னும் பெயர்கள் தாராமல் 'கண்ணனின் திருக்கதை' என்னும் தலைப்போடு வெளி வருகிறது. கதையம்சம் நிறைந்த ஓர் அதீத தெய்வ மனிதனின் கதை இது; அனைவரும் அறிந்த கதைதான்; என்றாலும் தெளிவாய் அறிய இந்நூல் துணை செய்கிறது.

கண்ணனது அவதாரப் பெருமையைப் பெரியாழ்வார் திருமொழியில் ஒரு பாடல் நன்கு தெளிவுறுத்தும்.

கண்ணன் வாயினுள் மண்ணைப் போட்டுக் கொள்கிறான்; யசோதை வாய் திறக்கச் சொல்கிறாள்; வாயில் மண்ணை மட்டும் அன்று; இந்த வையகம் முழுவதையும் காண்கிறாள்; மற்றைய மாதராரும் வந்து காண்கின்றனர்; அவர்கள் என்ன சொல்கிறார்கள்?

"இவன் ஆயன் அல்லன்; அருந்தெய்வம்; மாயப் பண்பு உடையவன்; நன்மை செய்பவன்" என்று கூறுகின்றனர்.

"உலகம் இறைவனுள் அடக்கம்" என்னும் செய்தியை வாயினுள் வையகம் கண்ட காட்சியில் உணர்த்துகிறார். அமானுஷ்யன்; "மனிதனுக்கு அப்பாற்பட்ட தெய்வம்" என்பதை "மகன் அல்லன்; அருந் தெய்வம்" என்னும் தொடரால் உணர்த்துகிறார். "அதீத செயல்களை ஆற்றுபவன் (Super man)" என்னும் கருத்தை "மாயச் சீர் உடைப் பண்பினன்" என்று கூறி உணர்த்துகிறார்.

"உலகத்திற்கு நன்மை செய்ய அவதரித்தவன்" என்பதைப் 'பாயன்' என்னும் தொடரால் குறிப்பிடுகின்றார்.

இதோ அந்தப் பாடல்

வாயுள் வையகம் கண்ட மடநல்லார்,
"ஆயர் புத்திரன் அல்லன்; அருந்தெய்வம்;
மாயச் சீருடைப் பண்புடைப் பாலகன்;
பாயன்" என்று மகிழ்ந்தனர் மாதரே

-பெரியாழ்வார் திருமொழி

இதுவே கண்ணனின் அவதாரப் பெருமையாகும்.
இக்கதையை இந் நூல் சொல்ல எடுத்துக்கொண்ட முயற்சியே கண்ணனின் திருக்கதை.

ரா. சீனிவாசன்

இறை வணக்கம்

**ஒருத்தி மகனாய்ப் பிறந்து, ஓரிரவில்
ஒருத்தி மகனாய் ஒளித்து வளர,
தரிக்கிலா னாகித் தான்தீங்கு நினைந்த
கருத்தைப் பிழைப்பித்துக் கஞ்சன் வயிற்றில்
நெருப்பென்ன நின்ற நெடுமாலே! உன்னை
அருத்தித்து வந்தோம் பறைதரு தியாகில்
திருத்தக்க செல்வமும் சேவகமும் யாம்பாடி
வருத்தமும் தீர்ந்து மகிழ்ந்தேலோ ரெம்பாவாய்.**

கண்ணனின் திருக்கதை

இறை வாக்கு

"உலகில் அறமும் நீதியும் நிலை குலையும்போது இறைவன் அவதரித்துத் தீயவர்களை ஒறுப்பான்; தூயவர்களை வாழ்விப்பான்" என்று தெய்வ நூல்கள் கூறுகின்றன. யுகங்கள் மாறுகின்றன; மாந்தர் அகங்களும் மாறுகின்றன; கிரேதா யுகம் வந்தது; அசுரர்களின் அழிவுகள் அதிகம் ஆயின; அறநெறிகள் அவர்களைக் கட்டுப்படுத்தத் தவறி விட்டன; அவர்களை நல்வழியில் நிறுத்திய பாதைகளும் விலகிவிட்டன.

பூமித்தாய் பூச்சுமை பொறுக்க முடியாமல் படைத்தவனை அடைந்து, தன் துயரத்தைத் துடைத்து அருளுமாறு வேண்டினாள். படைப்புக் கடவுளாகிய பிரமனும் இந்திரனையும், சந்திரனை முடியில் தாங்கிய சிவனையும் அழைத்துக்கொண்டு முத்தொழிலிலும் வல்ல வித்தகன் ஆகிய திருமாலிடம் சென்றான்; தம் குறைகளை நவின்றான்.

தேவர்களின் குறைகளைக் கேட்ட மாதவன் ஆகிய திருமால் அவர்களுக்குக் காப்பு அளித்தான்; மீனமாய். ஏனமாய், ஆமையாய், வாமனனாய், இராமனாய் வந்து உதித்தவன் கண்ணனாய் உருத்தரிக்கக் கருத்துக் கொண்டான்.

கடந்த அவதாரமாகிய இராமவதாரத்தில் திருமால் இராமனாய்ப் பிறந்தார்; ஆதிசேடன் இலக்குவனாய்த் துணைவன் ஆனான்; அவனுக்குக் கீழ்ப்படிந்து அடியவனாய் இருந்து இராமனது மிடிமையைத் தீர்த்து வைத்தான். அதனால் திருமால் கடன்பட்டார்; எனவே அவனுக்குத் தம்பியாகப் பிறத்தற்கு உடன்பட்டார்; அரவு அணையாகிய ஆதிசேடனைத் தனக்குத் துணையாகப் பிறக்க

ஆணையிட்டார்; திருமால் கண்ணன் ஆனார். ஆதிசேடன் இவன் அண்ணன் பலராமனாய்ப் பிறந்தான்.

நித்திரை வடிவில் தன்னோடு நீள்துயிலில் துணையாக இருந்த யோக மாயை என்ற நன்மகளைக் கோகுலத்தில் திருமகளாகப் பிறக்கக் கருத்து வைத்தார். தேவகி மைந்தன் கண்ணன்; உரோகிணி மகன் பலராமன் ஆயினான்.

விந்திய மலைக்கு வடக்கே நந்திய நகரமாக மதுரா நகர் இருந்தது. உக்கிரசேனன் என்பவன் அக்கிரமம் அழித்து நன்னகராக்கி, அதனைத் தலைநகராகக் கொண்டு ஆண்டு வந்தான். தருமத்தின் தலைவன் என்று அவன் கருமத்தை வைத்து அவனைப் பாராட்டினர். நத்தையில் முத்தாய்ச் சேற்றில் செந்தாமரையாய்த் திகழ்ந்த அவ்வரசனுக்குத் தீமையில் வல்லோன் ஆகிய கம்சன் பிறந்தான்; எந்த நேரத்தில் மனம் மாறுவான் என்று சொல்ல முடியாது; உயிரைக் காத்துக் கொள்ள எந்தச் செயலையும் செய்யத் தயங்கியது இல்லை. கொடியோன் என்பதற்கு வடிவோன் என்று சொல்லும்படி எடுத்துக்காட்டாய் விளங்கினான்.

உக்கிரன் தன் இளையவன் ஆகிய தேவகனின் மகள் தேவகி; அவளுக்கு வசுதேவனை மணமகன் ஆக்கினன்; மணம் முடிந்ததும் அவளைக் கணவனோடு அனுப்பினன். தேரில் அவர்களை இருத்திக் கம்சனே முன் அமர்ந்து, அதனைச் செலுத்தினான். விண்ணில் அசரீரி மற்றுச் சாரமுள்ள செய்தியைச் செப்பியது. "தேரா மன்னா! செப்புவது உடையேன்; ஓராது அவளைத் தேரில் ஏற்றி அழைத்துச் செல்கிறாய்; அவள் பகைவன் பாசறை; உனக்கு அவள் எட்டாம் மகன் ஒரு கல்லறை; உன் உயிரைக் கவ்வும் எமன்" என்று அறிவித்தது.

அமுதம் பிறந்த ஆழியில் நஞ்சு தலை காட்டியது. அன்பு மிக்க அவன் நெஞ்சினை வன்பு தாக்கியது; பாசம் காட்டிய பரிவில் நாசம் தொடங்கியது: அவன் கண் சிவப்பில் மண் சிவக்கும் நிலை ஏற்பட்டது. கற்றைக்குழல் பிடித்து அவளைக்

கல்தரையில் சாய்த்தான். "நீயா எனக்குத் தங்கை? என்னைக் கொல்ல வந்த வேங்கை!" என்று கூறி, வாள் எடுத்து வெட்டக் கை எடுத்தான்; வசுதேவன் செங்கை அதனைத் தடுத்து நிறுத்தியது.

பற்றி எரியும் நெருப்பை அறிவு என்னும் நீரால் குளிர வைத்தான். ஆறுவது சினம்; மாறுவது மனம்; சீற்றம் உன்னைக் கூற்றம் ஆக்குகிறது; வேற்றவரை அழித்தாய்; மாற்றலரை மறுத்தாய்; உற்றாரை உறவினரை மட்டும் இதுவரை செற்றது இல்லை; இத் தங்கை உன் அங்கை அதனை நீயே அழிக்க நினைக்கிறாய்; பெண் கொலை; ஏலாது உன் நிலை; தீய எண்ணத்தைக் கலை. அழிப்பது எளிது; ஆக்குவது அரிது; அழிக்கும் ஓர் உயிரை உன்னால் ஆக்க இயலுமா? சிந்தித்துப் பார்; பழிக்கும் வினை உன்னைப் பாழ்நரகில் சேர்க்கும்."

"நானோ, என் மனைவியை இழக்கின்றேன்; என்றாலும், மற்றொருத்தி கொண்டு நிரப்பிவிடுவேன். நீயோ, தங்கையை இழக்கின்றாய்; இன்னொருத்தி உன் தங்கை ஆக முடியாது. பானையை உடை; குயவனை நோகாதே; எட்டாம் மகன் உனக்குப் பகை; இவளைக் கொல்வது மிகை; உலகம் காட்டும் நகை; இஃது உன் தகைக்கு ஏற்றது அன்று. பூவைப் பறிப்பவர் வேரை அழிப்பது இல்லை; காயைப்பறி; அதன் மரத்தை வெட்டாதே" என்றான்.

அவன் பேசியது அதிமதுரச் சுவையாய் இருந்தது; அறிவுச் சுமையாகவும் இருந்தது. பொறுத்தவர் பூமி ஆள்வார். அந்தப் பொன்மொழி அவனைத் தடுத்து நிறுத்தியது. அவர்களைக் காவலில் வைத்தால் தன் ஏவலில் அடங்குவர் என்று தீர்மானித்தான்; "குழந்தை பிறந்தால் அதைத் தன்னிடம் பதிவு செய்ய வேண்டும்" என்று ஆணையிட்டான்; ஜனனக் கணக்கை அவர்கள் எழுதினால் மரணக் கணக்கைத் தான் முடிப்பதாய் அறிவித்தான்.

வஞ்சனை இல்லாமல் தேவகி மைந்தரைப் பெற்றுக் கம்சனிடம் தந்தாள். பிறந்தன ஆறு; பெருகியது இரத்த ஆறு; அவை பிறக்கும்போது மூடியிருந்த கண்களைத் திறவாமலேயே செய்துவிட்டான்.

வசுதேவன் சளைக்கவில்லை; "சென்றது இனி மீளாது; சிந்தை செய்வதால் பயனில்லை" என்று தன் பயணத்தை மேலும் தொடர்ந்தான்; எட்டாவதனை எட்டிப் பிடிக்க ஏழு தேவைப்பட்டது. ஏழு திங்கள் தீர்ந்ததும் ஏழாம் கரு தேவகி வயிற்றில் தங்கவில்லை. அது கோகுலத்தில் உரோகிணி வயிற்றுக்கு மாற்றப்பட்டது. விஞ்ஞானம் அதற்கு உதவியது. யோக மாயை இந்த மாற்று அறுவையைச் செய்து தந்தாள்; உரோகிணி முழு நிலை வந்ததும் பூரணனைப் பெற்றுத் தந்தாள்; பலராமன் அவளுக்குத் தனயன் ஆனான். தேவகி கணக்கில் அது, கருச் சிதைவு எனக் கணக்கிடப்பட்டது.

"மணி எட்டு எப்பொழுது அடிக்கும்?" என்று காவலர் காத்திருந்தனர். நாளும் நட்சத்திரமும் கம்சன் குறித்து வைத்திருந்தான். "ஆவணி மாதம் எட்டாம் நாள் அட்டமி திதி மாமனுக்கு ஆகாது" என்பர். அதற்காகவே அந்த நேரத்தைக் கண்ணன் தேர்ந்து எடுத்தான். கம்சன் மனத்தைப் போலவே காரிருள் சூழ்ந்திருந்தது. நள்ளிரவில் ஒள்ளியோன் பிறந்தான்.

சங்கு சக்கரம் ஏந்திய தடக்கையனாய் அங்கு அவன் அவர்களுக்குத் திருமாலாய்க் காட்சி அளித்தான். அடுத்துச் செய்ய வேண்டியதை அவன் தொகுத்துக் கூறினான்; வசுதேவன் கால் தளை நீங்கியது; காவலர் துயில் ஓங்கியது; குறட்டை கூடிற்று.

கூடை ஒன்றில் வசுதேவன் குழந்தையைச் சுமந்தான்; தெய்வம் உரைத்தபடி யமுனையைக் கடந்தான். வெள்ளமாய் ஓடிய யமுனை சிறு பள்ளமாய் அவனுக்கு வழி விட்டது; ஆதிசேடன் ஐந்தலை நாகமாய் வந்து அவனுக்குக் குடை பிடித்தான். கோகுலம் சேர்ந்தான்; வியாகுலம் தீர்ந்தான்.

யசோதைக்கு அடுத்த திதி நவமியில் அழகிய பெண் குழந்தை பிறந்தது. அதை வசுதேவன் மாற்றி எடுத்துக் கண்ணன் சிறைக் கட்டிலில் விட்டுவைத்தான். மறுபடியும் தேவகி முன்னால் புதிய குழந்தை புனர்ஜன்மம் எடுத்தது. தேவகிக்குத் தெரியும் இது சாகப் பிறந்த குழந்தை என்று. அழுகை ஒலியால் தன் வருகையை அது அறிவித்தது. தொழுத கையோடு சென்று காவலர் செய்தி செப்பினர். உருவிய வாளுடன் வெருவிய கம்சன் அங்கு மருவினான்; கருவிய குழந்தையைக் கையில் எடுத்தான்.

பெண் என்பதனைச் சென்றபின் அறிந்தான். ஆண் ஆனால் என்ன? பெண் ஆனால் என்ன? எட்டாவது என்ற முத்திரை தாங்கி இருந்தது. எடுத்தான்; எறிந்தான் ஒரு பாறை மீது அதனை; பெண் கொலை செய்து கைகளைக் கறைப்படுத்திக் கொள்ள விரும்பவில்லை. கல்லில் பட்டுச் சுக்கு நூறாகச் சிதைந்து விண்ணின் மீது நிறைந்து அவன் கண்களுக்குத் துர்க்கையாய்க் காட்சி தந்தது. "துஷ்டனே! உன் இஷ்டமாக எதுவும் நடக்காது; உன்னைக் கொல்ல வந்தவன் வேறு ஓர் களத்தில் கொலுவீற்றிருக்கிறான்; நான் அவன் நிழல்; மாயை; என்னை நீ கொல்ல முடியாது" என்று எழில் வானில் இருந்து மொழி பேசியது.

நந்த கோபனுக்கு நீண்ட காலமாகக் குழந்தைப் பேறு இல்லாமல் இருந்தது. அதுவே அவனுக்குக் கவலையாகவும் இருந்தது; மகள் பிறப்பாள் என்று சோதிடர்கள் ஓதிக் கொண்டு இருந்தனர். அந்த நம்பிக்கை தவறு என்று சுட்டிக் காட்டுவது போல யசோதை பக்கத்தில் நீல நிறத்தவன் கோல அழகில் ஞாலம் விளங்க அங்கு அவள் அணைப்பிற்குக் காத்து இருந்தான். யசோதை எல்லை இல்லா மகிழ்ச்சி அடைந்தாள். அவள் மார்பு தவம் செய்தது அவனுக்கு முலைப்பால் தருவதற்கு.

கோகுலம் என்பது ஆயர் வாழ்ந்த சிற்றூர். பசு மேய்த்தலைத் தொழிலாகக் கொண்டு வளம் மிக்க வாழ்வை நடத்தினர். ஆயர் குலம் என்று அவர்கள் இன முத்திரை குத்திக்கொண்டு

இருந்தனர். பாலும், தயிரும், நெய்யும் அவர்கள் பண்டப் பொருள்கள். நகர் வாசம் அறியாத நன்மக்களாக வாழ்ந்து வந்தனர். கோகுலத்திலேயே நந்தனின் வீடு நலம் மிக்கதாய் விளங்கியது.அவன் மீது நட்பும் நயமும் மதிப்பும் மற்றவர் காட்டினர். கண்ணன் பிறந்தான் என்பதில் அந்த ஊரே மகிழ்ச்சி கொண்டது. கலகலப்பும், ஆரவாரமும் விஞ்சின. நந்தகோபன் சுறுசுறுப்பாய் இயங்கத் தொடங்கினான். அவன் வீட்டுக்கு வருவாரும் போவாரும் மிகுதியாயினர்.

கம்சன் மனநிலை

வாண வேடிக்கை கண்டதுபோல் இருந்தது கம்சனுக்கு. மின்னுக்கொடிபோல் பெண்ணொருத்தி தோன்றியதும், கண்ணெதிரே நின்று அவனை மருட்டியதும், அவன் கொல்லப்படுவது உறுதி என்று கழறியதும் அவன் கவலையை மிகுவித்தன. அவள் விண்ணில் மறைந்தாள்.

வியப்பும் திகைப்பும் அடைந்த அவன், தன் வாழ்க்கை நகைப்பிற்கு இடம் ஆகிவிட்டதே என்று நைந்தான். பறவை பறந்துவிட்டது என்பது தெரிந்தது. மாயை தன்னை வெருட்டியது கண்டு வியந்தான். கண்ணன் தன் சிறையில் பிறந்தான் என்பதும், அவன் இடம் பெயர்ந்தான் என்பதும் அவன் அறியான்; ஆனால், தன்னைக் கொல்ல வந்தவன் களம் வேறு அமைத்துக் கொண்டான் என்பது மட்டும் சொல்ல முடிந்தது.

முளையிலே களையாவிட்டால் அது முற்றிய மரம் ஆகிவிடும். அதனால் வளையிலே இருந்தாலும் அவனை வளைத்துப் பிடிப்பதே இனி விளைவிக்கும் செயல் என்பதைக் கருத்திற் கொண்டான்.

அமைச்சர் அவை என்று அவன் அமைத்துக் கொண்டது இல்லை; நமைச்சலுக்குக் கீறிவிடும் நச்சரிப்பினர் சிலர் அவனுக்கு நண்பர்களாய் இருந்தனர்; எதற்கெடுத்தாலும் சரி

எனப் பாடும் சங்கீத வித்துவான் களாக இருந்தனர்; மூளை குறைந்தவர்கள்; உடலை வளர்த்து வைத்திருந்தார்கள்.

"நீ சொல்வது சரி; அவன் எங்கிருந்தாலும் கண்டு பிடித்து விடலாம்" என்றனர் சிலர்.

"ஒரு குழந்தை என்ன? ஓராயிரமும் கொன்று முடிக்கலாம்" என்று சிலர் குரல் கொடுத்தனர்.

"பிறந்து பத்து நாள் ஆகி இருந்தால் அது பத்தாவது நாளைக் கடக்கக் கூடாது; முடித்துவிடுங்கள்" என்றான் கம்சன்; அதற்கு முன் பிறந்தவை அதிருஷ்டசாலிகள்; அவற்றை விட்டு விடுங்கள்" என்று திருத்தம் கூறினான்.

"விளம்பரம் இல்லாமல் இந்த வியாபாரத்தைத் தொடருங்கள்" என்று சொல்லி அனுப்பினான். அடியாட்களுக்கு அவனுக்குப் பஞ்சம் இல்லை. கச்சிதமாக முடித்துவிட்டு நிச்சயமாகத் தன்னிடம் வந்து சொல்வார்கள் என்று எதிர்பார்த்தான்.

"பூதனை என்ற ஒரு பேய்க்குணம் படைத்த அசுர மகள் ஒருத்தி சாதனை செய்து காட்டுவாள்" என்று பேசிக் கொண்டிருந்தனர். அவளையே அவன் முதற்கண் தேர்ந்து அனுப்பி வைத்தான்.

சந்தையில் சாதிக்காரரர் சந்திப்பு

எட்டாவதனை எட்டிப்பிடித்த சாதனைக்காரன் ஆன வசுதேவன், முதலாம் வகுப்பில் படித்துக் கொண்டிருந்த நந்தகோபனைச் சந்திக்க விரும்பினான்; கண்ணனை விட்டுவந்த பின் சிட்டுக் குருவிபோல அவன் மனம் கண்ணனையே சுற்றிச் சுழன்று கொண்டிருந்தது. ஊரில் பேசிக் கொண்டார்கள் கம்சன் சிறிய முளைகளைக் கிள்ளி எறிகிறான் என்று; குழந்தை அங்கு இருக்கிறான் என்ற செய்தி எட்டாமல் இருக்க வேண்டுமே என்று கவலைப்பட்டான் வசுதேவன்.

"இரட்டை இலைகளை அங்குத் தழைக்க விட்டிருக்கிறோமே" என்ற கவலை அவனை அரித்தது. அவர்கள் எப்படி இருக்கிறார்களோ என்ற நினைப்பு அவனை வாட்டியது. ஒருவன் பலராமன்; மற்றவன் கண்ணன்.

குழந்தை பிறந்த பெருமகிழ்ச்சியில் நாட்டு அரசனுக்குக் கட்ட வேண்டிய வரித் தொகையைக் கட்டத் தாமதித்து விட்டான். "மின்சாரக் கட்டணம் கட்டா விட்டால் அதை வெட்டி விடுவார்கள்" என்ற கவலை நமக்குத் தோன்றுவது போல் "வரித் தொகை கட்டா விட்டால் கம்சனின் அடியாட்கள் வந்து தடி கொண்டு தாக்குவார்களே" என்று அச்சப்பட்டான். அதனால் நந்தகோபன் துரிதமாக நகருக்கு ஒரு பயணம் மேற்கொள்ள வேண்டி இருந்தது.

"நந்தகோபன் நகருக்கு வந்திருக்கிறான்" என்ற செய்தி அங்குப் பார்த்தவர்கள் வசுதேவனிடம் வந்து கூறினார்கள். சந்தை கூடும் சந்திப்பில் நந்தகோபனை வசுதேவன் சந்தித்தான். மாடுகள், கன்றுகள் எப்படி இருக்கின்றன என்று விசாரித்தான். சம்பிரதாயப்படி உடம்பு எப்படி இருக்கிறது? என்று உருப்படி இல்லாத கேள்விகளை அவன் கேட்கவில்லை.

"நீண்ட காலம்; 'ஒருவனுக்கு ஒருத்தி' என்று இரட்டை யராகவே வாழ்ந்து காலம் கடத்திவிட்டீர்கள்; இப்பொழுது மகன் பிறந்தான் என்று கேள்விப்பட்டேன்; என் வாழ்த்துக்கள்" என்றான். நந்தகோபன் முகத்தில் குமிழ் சிரிப்பு அமிழ்து எனத் தோன்றியது.

அவன் வசுதேவனைத் திருப்பிக் கேட்டான். "இப்பொழுது எத்தனையாவது?" என்று. விடுமுறைக்குப் பின் மாணவனைப் பார்த்து மற்றவர்கள் கேட்பது போல இருந்தது அந்த வினா.

"எட்டாவது எட்டிப் பிடித்து இருக்கிறேன்; ஒன்று கூடத் தேறவே இல்லை; படிப்படியாய் ஆறு பேரை அவன் தீர்த்துவிட்டான்; ஏழாவது! அது முற்றுப் பெறவில்லை; எட்டாவது பெண்; அவள் வான வேடிக்கை காட்டிவிட்டுப்

போய்விட்டாள். "பெற்ற குழந்தை தன்னிடத்தில் இல்லையே" என்று தேவகி பேதலிக்கிறாள்.

"ஏற்கெனவே என் ஒரு குழந்தையை உரோகிணி பெற்றிருக்கிறாள்; அவன் திண்ணிய உடம்பும் கண்ணிய தோற்றமும் பெற்றவன். அவனை நான் எண்ணியபடி அங்கு விட்டுவைத்திருக்கிறேன். கம்சன் பார்வை அவன் மீது படக்கூடாது என்பதால்தான் உரோகிணியை நம் ஊரில் விட்டு வைத்திருக்கிறேன். அவன் ஒருவன்தான் என் பெயரைச் சொல்ல ஊரில் வளர்கிறான்" என்று தன் வமிசாவளியைப் படித்துக் காட்டினான்."அவனை நீ தான் பொறுப்பாய் இருந்து காக்க வேண்டும். அவனைப் பற்றித்தான் என் கவலை."

"அது மட்டுமன்று; பிள்ளை பிடிக்கிறவர்கள் நகரத்தில் பெருகி விட்டார்கள்; பள்ளிக்கு அனுப்பப் பெற்றோர்கள் பயப்படுகிறார்கள்; இப்போது புதிதாக ஒரு பட்டாளம் கிளம்பி இருக்கிறது; மக்கள் கட்டுப்பாடு இயக்கம் என்று சொல்கிறார்கள். புதிதாகப் பிறந்த குழந்தைகளைக் கொல்லக் கம்சனின் ஆள்கள் பரவியுள்ளனர்.''

"இவர்கள் கிராமத்தில் பரவமாட்டார்கள் என்று கூறமுடியாது; அந்நியர் என்று தெரிந்தால் அவர்களை அகற்றுவதற்கு வழி தேடுங்கள்; அவர்கள் மாறுவேடம் போட்டுக்கொண்டு தாறுமாறாய் நடந்து கொள்வார்கள்; மாடுகளை எருதுகளைத் தூண்டி முட்டலிடுவார்கள்; மரத்தைச் சாய்ப்பார்கள்; வண்டிகளை உருட்டுவார்கள்; பெண்களை அனுப்பிவைத்து மயக்கிப் பொடி போட்டு ஏமாற்றுவார்கள். நீங்கள் விழிப்புடன் இருக்க வேண்டும்" என்று சொல்லி அனுப்பினான்.

"உரோகிணியை நான் கேட்டதாய்ச் சொல்லவும்; பையனைப் பத்திரமாய்ப் பார்த்துக் கொள்ளச் சொல்லவும்; நான் சொன்னேன் என்று சொல்லவும்; மறக்க வேண்டா; நீங்களும் சின்னவனைக் கவனித்துக் கொள்ளுங்கள்" என்று அவன் மறையும் வரை திரும்பத் திரும்பச் சொல்லிக்

கொண்டிருந்தான். அதைக் கேட்க முடியாமல் மற்றவன் விடை பெற்றுச் சென்றான்.

பூதனை வதம்

கொல்லுவதில் வல்லவர் யார்? என்று தேர்வு எடுக்க முதலில் நின்றவள் பூதனை; அவள் பல குழந்தைகளைக் கொன்று, "வைத்தியர்" என்று பட்டப் பெயர் எடுத்திருக்கிறாள்; 'சூனியக்காரி' என்று சிலரும் 'மாயக்காரி' என்று சிலரும் அவளைப் பற்றிப் பேசிக் கொண்டார்கள்; யாரும் அவளை முடியக் கண்டவர் இல்லை; மந்திரக்காரி என்று சிலர் சொல்லினர்; தந்திரத்தால் எதையும் சாதிப்பதில் வல்லவளாய் இருந்தாள்; பத்து நாள்களுக்கு முன் பிறந்த குழந்தைகளைக் கண்டுபிடித்துச் சத்தம் செய்யாமல் கொன்றுவிட்டு வருமாறு இட்ட ஏவல் அவள்மீது விழுந்தது.

"எங்கெங்கே புதிய குழந்தைகள் பிறந்து இருக்கின்றன?" என்று கேட்டுக் கொண்டே வந்தால் மக்கள் கணக்கெடுப்புத் துறையைச் சார்ந்தவள் என்று மற்றவர் கருதிக் கொண்டனர்; வண்ண ஆடைகளை உடுத்திக் கொண்டு கண்ணனைப் பற்றிப் பேசிக் கொண்டிருப்பதைப் பார்த்தாள்; விசாரித்து அறிந்தாள்; அது ஒரு அதி அற்புதமான குழந்தை என்று அவன் கறுப்பு நிறத்தைப் பற்றிச் சிறப்புறப் பேசிக்கொண்டிருந்தனர். எந்தக் குழந்தையாக இருந்தால் என்ன? பத்து நாளைக்கு முன் பிறந்த குழந்தை என்பது உறுதியாகிவிட்டது. எத்தனை உயிர்களை அழிக்கின்றாளோ அத்தனையும் அவளுக்குக் காசு. கோகுலத்தில் இந்த வீடே மிகப் பெரியதாய் இருந்தது; பாலும், தயிரும் பெருகி ஓடிய பண்ணையாய் இருந்தது; செல்வம் கொழித்து இருந்தது; மகளிர் காதிலும், மூக்கிலும் பொன் வளையங்கள் தொங்கிக் கொண்டிருந்தன; எங்குப் பார்த்தாலும் யாரைப் பார்த்தாலும் பரபரப்பாயும் சுறுசுறுப்பாயும் இருந்தனர்.

சுய உருவில் சென்றால் அவர் நையப்புடைத்து விடுவார்கள். அதனால் அயல் உருவில் தன்னை அலங்கரித்துக் கொண்டு நல்ல பெண்மணியாய்ச் சென்றாள். "லட்சுமி அவள் நாயகனிடமிருந்து சண்டை போட்டுக் கொண்டு இங்கே வந்து விட்டாள்" என்று பேசிக் கொண்டார்கள்.

தேவகியும் உரோகிணியும் தேவ மகள் அவள் உள்ளே செல்வதைப் பார்த்தனர்; அதனால் அவர்கள் பெருமை அடைந்தனர்; பெரிய வீட்டுப் பெண் என்பதனால் அதில் ஒரு பெருமையைக் கண்டனர்; தடுத்து நிறுத்த வேண்டும் என்ற எண்ணம் தோன்றவில்லை; தோற்றம் அளித்தது அவளுக்கு அந்த ஏற்றம்.

அவள் வருவதைக் கண்ணன் கவனியாதது போலக் கண்களை மூடிக்கொண்டான். இவளைப் பார்ப்பதே பாவம் என்று கருதுவது போல அவன் செய்கை இருந்தது.

நஞ்சுகொண்டு அந்நங்கை தன் முலை முனையைத் தடவிக் கொடுத்தாள்; அவள் நெஞ்சு இத்தகையது என்பதை அப்பூச்சில் காட்டினாள்; குழந்தையைப் பால் பருகத் தன் மார்போடு அணைத்தாள். கண்ணன் கைகளால் முலையைப் பற்றி நரம்பு வைத்தியம் செய்தான். அதனால் வரம்பு மீறிக் கத்தினாள். பாலோடு அவள் உயிரையும் பருகி முடித்தான். பால் பருகியது அவள்பால் தனக்கு ஏற்பட்ட நேசத்தால்; உயிர் பருகியது, தன்பால் அவள் காட்டிய மாயத்தால்; அவள் அலறிய குரல் கேட்டு ஆய்ச்சியர் கூடிவிட்டனர்; பேய்ச்சி முலைப்பால் உண்டு அவளைப் பேசாமல் செய்து விட்டதை அறிந்தனர். சத்தம் இல்லாது சவம் ஆகிவிட்டாள்; அவளை அப்புறப்படுத்தித் தகனமும் செய்தனர்.

அவன் ஒன்றும் தெரியாதவன் போல் அவள் மடியில் கிடந்தது அவர்களுக்கு வியப்பைத் தந்தது. நஞ்சு பூசி வந்ததை அந்த ஊர் வைத்தியர் கண்டு சொல்லினார். கோபியர் வந்து அவனை வாரி எடுத்துக்கொண்டனர். சடங்குகள் செய்து சாந்தி செய்தனர்; தெய்வங்களிடம் அவனைக் காக்கும்படிப் பரவி

வேண்டினர்; கோயிலில் பூசையும் வழிபாடும் செய்தனர். வாயில் தேடி வந்தவர்க்குத் தான தருமம் செய்தனர்.

நகரத்தில் இருந்து திரும்பி வீடு வந்த நந்தகோபன் நடந்ததைக் கேட்டு அதிர்ந்தான். 'வசுதேவன் வாக்கு வான் மறையாயிற்றே" என்று வியந்தான்; 'உண்மையில் அவர் ஒரு ஞானி' என்று பட்டம் சூட்டிப் பாராட்டினான்.

குழந்தையைக் கவனிப்பதில் முழு நாட்டம் செலுத்தும்படி யசோதைக்கு எடுத்துக் கூறினான். "அடுப்புக் கிடக்கட்டும் அவனைக் கவனி" என்று திரும்பத் திரும்பச் சொல்வதில் ஒரு பழக்கத்தை ஏற்படுத்திக் கொண்டான்; "உண்டானா உறங்கினானா" என்று வினாத்தாள் தந்தான்; "சட்டை போடு; அசட்டையாக இருக்காதே" என்று சொல்லிக் கொண்டே இருந்தான்; "பெற்றால் மட்டும் பிள்ளையாகி விடாது; வளர்ப்பதை ஒட்டித்தான் இருக்கிறது" என்று உரைத்தான்.

சகடன் சரிவு

"கண்ணன் பிறந்து வருஷம் நான்கு ஆயிற்று" என்று பேசினர்; பிறந்த நாள் விழாவைச் சிறந்த முறையில் கொண்டாடினர்; ஏழை எளியவர்கள் தம் ஏழ்மை மறக்கும்படி ஏராளமாய் வாரி வழங்கினர்.

அவனுக்குப் புதிய ஆடை உடுத்தி அழகு சேர்த்தனர். அவன் மல்லாக்காகப் படுத்து இருந்தான். அசுரன் ஒருவனுக்குப் பொல்லாத காலம் அடுத்தது; அடுத்து இருந்த வண்டியை அவன் உருட்டிவிட்டான்; உருண்ட வண்டியைக் கண்ணன் காலால் உதைத்துத் தள்ளினான்; அசுரன் ஒருவன் அதிலிருந்து வெளிவந்து துள்ளினான்; துடித்தான்; மடிந்தான்; குடை கவிழ்ந்தது; அக்குவேறு ஆணி வேறாய்ச் சிதைந்தது; வண்டியின் மீது வைத்திருந்த குடங்கள் உருண்டு அவை பாலைத் தரையில் பாழ்படுத்தின; பாற்குடங்களை அதில் ஏற்றி வைத்திருந்தனர்; தட்டு முட்டுச் சாமான்களும் கெட்டுத்

தடுமாறி வீழ்ந்தன. ஓசை கேட்டுப் பூசை செய்து கொண்டிருந்த நந்தன் கோபியர் யசோதை அனைவரும் அங்கு வந்து இந்தக் காட்சியைக் கண்டு அதிர்ச்சி உற்றனர்.

"கண்ட இடத்தில் குழந்தையைக் கிடத்தாதே என்று சொன்னேனே கேட்டாயா" என்ற குரல் கணவன்பால் வெளிப்பட்டது.

அவனை வைத்துக்கொள்வது எளிய காரியமாய்ப் படவில்லை.

"கிடக்கில் தொட்டில் கிழிய உதைத்திடும்;
எடுத்துக் கொள்ளில் மருங்கை இறுத்திடும்;
ஒடுக்கிப் புல்கில் உதரத்தே பாய்ந்திடும்;
மிடுக்கி லாமையால் நான்மெலிந்தேன் நங்காய்."

என்று யசோதை அடிக்கடி சொல்லிக்கொண்டு இருந்தாள்.

திருநாவர்தன் வீழ்ச்சி

கண்ணனை முற்றத்தில் விட்டுவிட்டுக் கோபியர் கதைகளைப் பேசிக் கொண்டிருந்தனர்; சுற்றி வந்த காற்றுச் சூறாவளியாய் வீசியது. யசோதை கண்களில் தூசு பட்டு மாசு ஆக்கியது. கண்களைக் கசக்கும்போது கடுங்காற்றுக் கண்ணனை நெடு விசும்பிற்கு எடுத்துச்சென்றது.

சுழற் காற்றில் அழல் போன்ற அசுரனோடு கண்ணன் போராடிக் கொண்டிருந்தான். அசுரன் அவனை மேலே இழுக்கக் கண்ணன் அவனைத் தரைக்குள் அழுத்தினான். அசுரன் விழிகள் வெளிவந்தன; அவன் அலறிக்கொண்டு தரையில் விழுந்தான். "மலைச் சிகரம் ஒன்று நிலை குலைந்து விழுந்தது" என அசுரன் தன் உடலைக் கீழே போட்டான். அவன் பெயர் 'திருநாவர்தன்' என்று தெரிந்தது. சகடனை அடுத்து வந்த அசுரன் இவன்.

மண்ணுண்ட மாயன்

குழந்தைகள் இருவரும் தவழ்ந்து தாயாருக்கு மகிழ்ச்சியைத் தந்தனர். கால்களில் கட்டிய சதங்கையும் கிண்கிணியும் கலகலத்த ஓசையை உண்டாக்கின. "யானை வரும் பின்னே மணியோசை வரும் முன்னே" என்பது அவர்களைப் பொறுத்தவரை ஓரளவு உண்மையாகியது. செவிகளில் கண்ணனது ஒவ்வோர் அசையும் நாத ஒலியாய்க் கீதம் எழுப்பியது.

அன்னை மடி மற்றவர் கடியும்போது அவன் தங்கும் படியாய் அமைந்தது. யாராவது கடிந்து பேசினால் உடனே படிந்து உள்ளே வந்து அம்மாவின் முதுகுபுறம் புல்குவான். கோபியர் கண்ணன் செய்யும் குறும்புகளை விரும்பி ஏற்றனர். அரும்பிய முல்லை என அவற்றை ஏற்றுக் கொண்டு இங்கு வந்து யசோதைக்கு மணம் பரப்பினர். ஒன்றுக்கு இரண்டாகக் கூட்டிச் சொல்லியே அவர்கள் கூட்டல் கணக்குக் கற்றுக் கொண்டனர்.

"கண்ணனும் அவன் அண்ணனும் விடியற்காலையில் எழுந்து விடுகிறார்கள். கட்டி வைத்த கன்றுகளை அவிழ்த்து விட்டு அவற்றின் தாயோடு முட்ட விடுகிறார்கள். அவை பால் குடித்துவிட்டபின் கறப்போர் வந்தால் பால் கொடுக்க மறுத்துவிடுகின்றன."

"யாரும் இல்லாத வேளைகளில் புகுந்து இருவரும் வெண்ணெய் திருடித் தாம் மட்டும் உண்ணாமல் மற்றவர்களுக்கும் பகிர்ந்து அளிக்கிறார்கள்; குரங்குகள் அவர்கள் பங்காளிகள் ஆகின்றன."

"உறிகளில் உயரமான இடத்தில் வைத்தாலும் அவர்கள் ஒருவர் மீது ஒருவர் ஏறி அவற்றை உருட்டி விட்டுத் தின்னும் அளவு தின்றுவிட்டு அங்கேயே கொட்டி வைத்துக் கட்டித் தயிரால் மெழுகி வைக்கின்றனர்."

"கட்டெறும்பு ஒன்று இரண்டைக் கன்றின் காதில் விட்டு அதனை விரட்டி வைத்து வேடிக்கை பார்க்கின்றனர்." - இவற்றைக் கண்டு வந்து மங்கையர் சிலர் யசோதையிடம் சங்கு ஊதினர்.

சர்க்கரைப் பொங்கல் என்று தெருப்புழுதியைச் சைவ பக்தர்கள் போலக் கண்ணன் வாயில் போட்டுக் கொண்டு வித்தை காட்டினான்.

அண்ணன் பலராமன், "என்னடா இது! மண்ணைத் தின்கின்றாய்; வயிற்றில் மரம் விளைந்து விடும்" என்றான்.

"பொய் சொல்கிறாய்" என்றான். குற்றவாளியைப் பிடித்துக் கூண்டில் நிறுத்துவது போல் இவனை யசோதையின்முன் கொண்டு வந்து நிறுத்தினான்.

"என்னடா இது?" என்றாள் தாய். "மண் உண்ணி மாப்பிள்ளை" என்றான் பலராமன் அவனைப் பற்றி, "என்னடா கன்னா பின்னா என்று சொல்கிறாய்" என்று கேட்டாள் யசோதை.

"தென்னரங்கப் பெருமானா என்ன இவன் புளியோதரை தின்ன! மண் தின்றான்" என்றான்.

"கண்ணா நீ தின்றது மண்ணா" என்று கேட்டாள். "பாரு பாரு பட்டணம் பாரு; தேவ நகரம் பாரு; பாவ நாசம் பாரு; கம்ச நாசம் பாரு" என்று சொல்லிக்கொண்டே வாய் திறந்தான்.

"அண்ட பகிரண்டங்கள் அனைத்தும் இறைவனுள் அடக்கம்" என்ற பேருண்மையை அறிந்தாள். மனோ நிபுணர்கள் செய்யும் மாய வித்தை போல அவளுக்குத் தோன்றியது. "மண்ணுண்ட மாதவன்" என்று மற்றவர்கள் அவனைப் பாராட்டிப் பேசினார்கள்; சிறுவர்கள் அவனை எள்ளல் சுவையோடு சொல்லி அவனை ஏத்திப் புகழ்ந்தனர். அவள் மனமயக்கம் தீரும்படி அவள் மடியில் மீண்டும் தவழ்ந்து சிரித்து விளையாடிச் சின்னக் குழந்தையாய் அவன் நடந்து கொண்டான்.

யானை புகுந்த வீடாக அது இருந்தது. பானைகள் உருட்டிப் பாலும் தயிரும் ஓடவைத்தான். அவனைக் கட்டிப் பிடிக்கக் கைகள் போதவில்லை. தட்டிக் கேட்கச் சொற்கள் போதவில்லை. எட்டிப்பிடிக்க ஆளே கிடைக்கவில்லை. எங்கே அவன் என்று தேடிச் சென்றாள். உருட்டி வைத்த உரலை நிமிர்த்துப் போட்டுச் சிம்மாசனத்தில் உட்கார்ந்து கொண்டு,

"பாரு பாரு பட்டணம் பாரு; தேவநகரம்
பாரு; பாவ நாசம் பாரு; கம்ச நாசம் பாரு"

என்றான். செக்குமாடு போல வந்த இடத்துக்கே வருவது அவனுக்குப் பிடிக்கவில்லை. கொஞ்சம் தள்ளிப் போகப் பார்த்தான். செல்லும் இடம் எல்லாம் தம் கருமவினையே ஒருவனைத் தொடர்வதைப் போல் அவ் உரலும் உருண்டு கொண்டே வந்தது. திரண்ட இரண்டு மருத மரங்கள் அவன் செல்வதைத் தடுத்தன. வரவை மட்டும் ஏற்றுக் கொண்டன.

இரண்டு மரங்களுக்கும் இடையே இடைவெளி இருந்தது. அதன் மத்தியில் அவன் நடைபயில் உரல் சிக்கிக் கொண்டது. தேர் இழுப்பது போல வடங்கொண்டு வலித்தான். நெடுமரங்கள் படுமரங்கள் ஆயின ; வேரோடு முறித்துக் கொண்டு பாரோடு விழுந்தன. மரத்தின் முறிவும் அவற்றின் சரிவும் பேரிரைச்சலை உண்டு பண்ணின.

காற்று இல்லை; கடிய மழை இல்லை; நேற்று வரை நின்றிருந்த மரங்கள் இன்று இல்லை என்னும் பெருமையை உலகுக்குக் காட்டின; அடையாறு ஆலமரத்தின் அவல நிலை இதற்கு ஏற்பட்டது. அதைத் தூக்கி நிறுத்தி விட்டனர். இதை எடுத்து நிறுத்த முயலவில்லை.

நாரதர் இட்ட சாபம்

நளகூவரன் மணிக்கிரீவன் இருவரும் அளகை நகரக் காவலனின் அருமை மைந்தர்கள்; செல்வம் அவர்களைச் செருக்கில் ஆழ்த்தியது. கிறுக்குப் பிடித்தவர்கள்; மதுவின் மயக்கிற்கு உள்ளாயினர்; மாதர்களின் மதர்ப்புக்கு அகப்பட்டவராகி நீரில் விளையாடி மகிழ்ந்து கொண்டிருந்தனர்.

நாரதர் அவ்வழிப் போக்கர்; பார்த்தும் பாராமலும் போய் இருக்கலாம்; பெண்கள் குளிப்பதால் இவர் கண்கள் அந்தப் பக்கம் திரும்பின. கரை ஏறிய பெண்கள் அவரைக் கண்டதும் தம் பெண்மையை மறைத்துக் கொண்டனர்; இவர்கள் மட்டும் அவர் தந்தை பிரமன் இப்படித் தான் தம்மைப் படைத்து இருக்கிறார் என்பதை நெடுமரமாய் நின்று காட்டிக் கொண்டனர்.

அது அவர்கள் தன்னை அவமதித்ததாக எடுத்துக் கொண்டார். அந்தக் காலத்திலே முனிவர்களுக்குக் கோபம் வந்தாலே சாபம் இடுவது வழக்கமாய் இருந்தது. இவரும் அவர்களைக் "கோகுலத்தில் மருத மரங்கள் ஆவீராக" என்று சாபமிட்டார். கதை என்றால் அதற்கு ஒரு முடிவு தேவை; சாபம் என்றால் அதற்கு ஒரு விமோசனமும் தர வேண்டும்; அதுதான் இது; கண்ணன் நிழல் பட்டதும், நாரதன் இட்ட சாபம் தீர்ந்து மரங்களாக நின்றவர்கள் தேவர்களாக மாறித் தம் சொந்த நகருக்குத் திரும்பினர்.

பிருந்தாவனம் எழுதல்

"உக்கிரன்தான் ஆட்சியில் இருந்தவரை நாட்டில் அக்கிரமங்கள் நடக்கவில்லை. அவன் மகன் அவன் தந்தையைப் பதவியில் இறக்கிவிட்டுத் தான் உட்கார்ந்து

விட்டான். அது முதல்தான் இந்த அவதிகள்" என்று கோகுலத்தில் பேசிக் கொண்டனர்.

உயிருக்குத் தக்க காப்பு இல்லை; அத்தகைய சூழ்நிலைகள் உருவாகிவிட்டன என்பதை இவ்வாறு சுருக்கமாக உரைத்தனர். பூதனை, சகடன், சூறாவளி, மருதமரம் இப்படிக் கதைகள் அவர்கள் கற்பனையில் நிறைந்து விட்டன. அதனால் அவர்கள் கூட்டம் கூடிப் பேசினர். அடுத்துச் செய்வது யாது? அபாயங்கள் வந்தால் உபாயம் யாது? என்று கூடிப் பேசினர். நந்தனும் அவன் தம்பி உபநந்தனும் இக்கூட்டத்திற்குத் தலைமை தாங்கினர்.

கோகுலத்தை விட்டு அடுத்து இருந்த பிருந்தாவனத்திற்குக் குடி பெயர்தல் என்று முடிவு செய்யப்பட்டது. கோகுலம் வியாகுலங்களை விளைவித்துக் கொண்டிருந்தது. மற்றும் மேய்ச்சல் நிலங்களுக்குப் புதிய இடங்கள் தேவைப்பட்டன. கோவர்த்தனம், அதன் மலைச் சாரல், யமுனை நதி, அவற்றைச் சார்ந்த வனங்கள்; காடுகள், மேடுகள் இவை எல்லாம் தக்க இடங்களாகப் பட்டன. செல்லும் சிறுவர்கள் திரும்பி வருவதற்குள் இரவும் வந்து விடுகிறது. அதனால், தொழில் செய்யும் இடத்துக்கே போய்த் தங்குவது எல்லா வகையிலும் நன்மை என்று நல்லது கெட்டது கலந்து பேசினர்.

"கால்கள் முளைத்து விட்டன; கண்ணனை வீட்டில் முடக்கி வைக்க முடியாது; நானும் போவேன் என்று அடம் பிடித்தால் தடங்கல் ஏதும் கூற முடியாது. அந்தி சாயும் நேரமானால் அவன் வந்து சேரவில்லையே" என்று யசோதை தவிப்பாள். அதனால், அங்கேயே கோகுலத்தின் விரிவாகப் பாடி அமைப்பது என்று முடிவு ஆயிற்று.

கோகுலம் தலைமைச் செயலகம் என்றாலும், பிருந்தாவனம் கோடை வாசத் தலம் ஆயிற்று. இங்கும் அங்குமாகவும் சில சமயம் தங்கி மாற்றங்கள் ஏற்படுத்திக் கொண்டனர். புதியன புகுந்தாலும் பழையன கழிக்கவில்லை. இரண்டு இடங்களும் பயன்பட்டன.

புதியளாய் ஒருத்தியை மணம் செய்து கொள்பவன் என்ன சொல்கிறான்? "பழையவளும் இருந்து போகட்டுமே; பயன்படுவாள்" என்று கூறுவான்; அது போன்ற நிலைதான் கோகுலத்துக்கு ஏற்பட்டது.

பாடியில் புதுவீடுகள் அமைத்துக்கொண்டு பசுக்களுக்கும், கன்றுகளுக்கும் கொட்டில்களைக் கட்டிக் கொண்டு சகல வசதிகளையும் ஏற்படுத்திக்கொண்டு குடி பெயர்ந்தனர். மூட்டை முடிச்சுகளை வண்டிகளில் போட்டுக்கொண்டு அவர்கள் வழிப்பயணம் செய்தது வாழ்நாளில் மறக்க முடியாத காட்சியாக இருந்தது. குட்டிக் கண்ணன் பிருந்தாவனம் போவதில் மகிழ்ச்சி காட்டினான்.

அங்கே என்ன என்ன பார்க்கலாம் என்று கேட்டான். உயிரியல் காட்சிக்குச் செல்லும் சிறுவர்கள் கேட்பது போல் அந்த வினாக்கள் இருந்தன.

"யமுனை நதிக் கரையில் விளையாடலாம்; மலைச் சாரலில் கன்றுகளை மேய்க்கலாம்; நீ உன் விருப்பப்படி குழல் ஊதி மகிழலாம். இராதையும் உன்னோடு அங்கு வந்து விளையாடுவாள்" என்று கூறினர்.

இராதையும் அவர்கள் குடும்பமும் அங்கே வருவது அவனுக்கு குதூகலத்தைத் தந்தது. தன் பெண் சிநேகிதி அவள் உடன் வருகின்றாள் என்பதால் அவன் உற்சாகத்தோடு இருந்தான். மற்றும் அவன் பழகிய சிறுமிகள் வீட்டோடு இருந்தனர். அவர்களும் வெளியில் விளையாடுதற்குப் பரந்த இடம் கிடைத்தது. தன் தோழமைச் சிறுவர்களும் இதை வரவேற்று ஆரவாரித்தனர்.

யமுனை நதியின் கரையோரம் கண்ணனின் பூங்குழல் ஓசையைக் கேட்கக் காத்திருந்தது. மலை அவன் வருகைக் காகப் பொறுமையாக நின்று கொண்டிருந்தது. பசுமையான சோலைகள் எல்லாம் அவனுக்கு நிழல் தருதற்காகச் செழித்து வளர்ந்தன. மயில்களும், குயில்களும் இவர்களை வரவேற்கக் காத்து இருந்தன.

வத்சவனும் பகனும்

"காசிக்குப் போனாலும் கருமம் தொலையாது" என்பார்கள் சிலர். அதுபோல இடம் பெயர்ந்தாலும் அசுரர்கள் வருதலைத் தடை செய்ய இயலவில்லை. முன்னிலும் வலிமை மிக்கவர்கள் தொடர்ந்து துயர் விளைவித்தார்கள்.

கண்ணன் கன்றுகளின்பின் காலை புறப்படுகிறவன் மாலை கதிரவன் ஒளி மங்கும் முன் வீடு வந்து சேர்ந்தான். பள்ளிக்குச் செல்லும் பிள்ளைகள் சிலர் துள்ளிக்கொண்டு போதலும் உண்டு; சிலர் அழுது கொண்டே திரும்புதலும் உண்டு; இங்கே அவனைக் கல்லும் முள்ளும் நிறைந்த கானகத்திற்கு அனுப்பி வைத்ததற்காக யசோதை கலங்கினாள்.

“இங்கே சிறுமியர் இழைக்கும் சிற்றில் சிதைக்கின்றாய்" என்ற செய்தி செவி கொடுத்துக் கேட்டேன். அதனால் உன்னை வெளியே அனுப்பினேன்; உரிமையோடு நீ வெண்ணெய் அள்ளித் தின்றால் கொள்ளிக் கண் உடைய கள்ளிகள் சிலர், உன்னைக் கள்வன் என்று கருதுகின்றார்களே என்று உன்னை அனுப்பினேன்."

"இங்கே இந்தத் தொல்லைகள் எல்லாம் இல்லாமல் எல்லை கடந்து இருப்பாய் என்று உன்னைக் கன்றின் பின் போக்கினேன். குடையும் இல்லை. காலுக்குச் செருப்பும் இல்லை. கற்கள் நிறைந்த காட்டிலும் முட்கள் நிறைந்த புதரிலும் உன்னை அனுப்பி விட்டு இங்கு வேதனைப் படுகிறேன்" என்று தனக்குத்தானே சொல்லிக்கொண்டாள்.

அங்கே மேயும் கன்றுகளிடையே பேயும் நுழைந்தது என்று அசுரக் கன்று ஒன்று உள்ளே நுழைந்தது. எண்ணிப் பார்த்தால் ஒன்று மிகுதி என்பது அவர்கள் கண்ணில் பட்டது. கள்ள நோட்டுகள் உண்மை நோட்டுகளில் புகுந்து விட்டால் அதைக் கண்டு விலக்குவது அரிய செயல்; அந்தக் கள்ள நோட்டைக் கார்வண்ணனாகிய கண்ணன் கண்டு பிடித்துவிட்டான். மற்றவர்களுக்கு அவர்கள் ஆடிய இடத்தில்

கோடிக்கொண்டிருந்த விளமரம்தான் கண்ணில் தெரிந்தது. அதன் பழங்களைப் பறிக்கக் கற்களை வீசிக் கொண்டிருந்தனர், ஒன்று இரண்டு விழுந்ததே யன்றி ஒட்டு மொத்தமாகத் தட்டி வீழ்த்த முடியவில்லை. கன்றின் பின்னங் கால்களைக் கைகளால் சேர்த்துக் காற்றாடி விடுவது போலச் சுழற்றி மேலே பறக்க விட்டான்; அது அந்த மரத்தின் ஒட்டு மொத்தமான கிளைகளோடு கனிகளை உதிர்த்தது.

மேலே சென்றபோது நன்றாகச் சென்ற கன்று கீழே விழும்போது வத்சவன் என்ற அசுரனாக விழுந்து மடிந்தது.

புள்ளின் வாய்க் கீண்டான்

கன்றோடு தோழமை கொண்ட நாரை ஒன்று கொல்லுவது யாரை என்று நோக்கிக்கொண்டு இருந்தது. ஓடுமீன் ஓட உறுமீன் வருமளவும் வாடி இருக்கும் கொக்கு என்பர். அதனால், அதன் பார்வை எல்லாம் கண்ணன் மீதே படிந்து இருந்தன; யமுனை நதிக்கரையில் ஒற்றைக் காலில் நின்று தவம் செய்துகொண்டிருந்தது; வைகுந்தம் செல்வார்க்கு வாசல் திறந்து வைத்ததுபோலத் தன் வாயலகுகளைத் திறந்து வைத்துக் கொண்டிருந்தது.

"அரக்கன் அது, என்று தெரிந்தும் இரக்கம் சிறிதும் காட்டாமல் திறந்த கதவை மூடாதபடி பிளந்து விட்டான்; புள்ளின் (பறவை) வாயைக் கீண்டியவன் என்ற புகழ் மொழிக்கு உரியவன் ஆயினான், விசாரித்ததில் அந்த அரக்கன் பகன் என்று தெரிந்தது.

அகாசுரன் மரணம்

தேர்தலில் நிற்பதற்கு ஆளே கிடைக்கவில்லை; நின்றவர்கள் எல்லாரும் 'டெபாசிட்டும் இழந்துவிட்டனர்; இனி யாரை

நிறுத்துவது. முதல் நாட்போரில் தந்தை மடிந்தான்; அடுத்த நாட்போரில் கணவன் இறந்தான்; மூன்றாம் நாள் குடிக்கு ஒரே மகன் அவனைப் புற நானூற்றுத் தாய். தலையை வாரிப் புதிய ஆடை உடுத்திக் கையில் வேல் கொடுத்துப் "போய் வா மகனே" என்று அனுப்பி வைத்தாள். இது புறநானூறு தரும் இலக்கிய வினா விடை.

முதல் நாட்போரில் பூதனை உயிர் இழந்தாள். அடுத்து ஒரு நாள் பகன் நாரை வடிவில் கோரைப் புல் ஆயினான்; இனி யாரை அனுப்புவது? பேரைச் சொன்னார்கள். 'அகாசுரன்' என்று. அவன் அசகாய சூரன் என்று எடுத்த பெயர் சுருங்கி 'அகா' என்று வெட்டுப் பெயராய் அமைந்து விட்டது. இவனையே கம்சன் வெளிது உடுத்திக் கையில் வேல் கொடுத்துப் போருக்கு அனுப்பி வைத்தான். இது உருவகம். நடந்தது என்ன? அகாசூரன் மலை அரவு வடிவு எடுத்தான். அளந்து பார்த்தவர்கள் அது பன்னிரண்டு மைல் நீளம் கொண்டது என்று கூறிச் சென்றனர். இவ்வளவு பெரிய மலைப் பாம்பை எப்படி எதிர்ப்பது? ஏன் எதிர்க்க வேண்டும்? உயிரோடு வந்தால் அவனை வீரன் என்று மறவாது வழிபடுவர். அது மலைப்பாம்பு அன்று நாகப்பாம்பு என்றனர் சிலர். நாகத்தைத்தான் நங்கையர், பால் ஊற்றிப் புற்றுக்குச் சென்று வழிபடுவர். இது மலைப் பாம்பு என்று அறிந்தனர்; மலை என்றால் அதில் குகைகளும் இருக்கும். இது வாய் திறந்த போது வழிவிட்டது போல் இருந்தது; குகைக்குள் சென்றால் புதையல் கிடைக்கும் என்று பேசினர்; உதைதான் கிடைக்கும் என்று உளறினர் சிலர். அதை என்ன செய்வது என்று எட்டி நின்று யோசித்தனர்.

தனி ஒருவன் முதலாளியை எதிர்க்க முடியாது; ஒட்டு மொத்தமாக வேலை நிறுத்தம் செய்தால் முதலாளி திக்குமுக்கு ஆட வேண்டியதுதான். அனைவரும் உள்ளே புகுவது என்று தீர்மானித்தனர். புகை வண்டிப் பெட்டிகள் மலைப் பிளவுக்குள் நுழைவதைப் போலக் கன்றுகளும், ஆயர் சிறுவர்களும் உள் நுழைந்தனர். இடமில்லை என்ற அட்டையை இன்னும் அரவோன் மாட்டவில்லை;

கண்ணன் வரும்வரை கதவு திறந்திருந்தது. சங்கத் தலைவர் மட்டும் வெளியே இருந்தார். அவர் உள்ளே நுழைந்ததும் அவரை அகப்படுத்துவது என்று காத்து இருந்தது. கையில் மந்திரக் கோல் வைத்திருப்பது போலக் கண்ணன் ஊது குழலை வைத்திருந்தான்.

இவன் என்ன மந்திரம் செய்யப் போகிறான் என்று பார்ப்பதற்காக ஏராளமான தேவர்கள் மேலிடத்தில் (விண்ணில்) கூடிவிட்டனர். நான்கு தலைகளையுடைய பிரமனும் தனக்கு ஒரு இடம் பதிவு செய்து கொண்டு ஒதுங்கி நின்று பார்த்துக் கொண்டிருந்தான். வெற்றி யாருக்கு? தொழிலாளருக்கா? முதலாளிக்கா?

கண்ணன் உள் நுழைந்தான்; கதவு மூடப்பட்டது: வாயை மூடியது அந்த மலைப்பாம்பு; வெளியே அவர்கள் வரமுடியாது. போபால் விஷ வாயுவால் தாக்கப்பட்டுச் செத்தவர்கள் போல உள்ளே காற்று இல்லாமல் சாக வேண்டுவதுதான்.

ஒரு வெடி வெடித்தது: அந்தப் பாம்பின் தலையில் ஒரு வழி வகுத்தான்; புதிய பாதையைக் கண்ணன் அமைத்துக் கொடுத்தான்; கண்ணன் முதலில் வெளியே வந்தான்.மற்றவர்கள் தொடர் கதை ஆயினர். அந்த வெடி விபத்தில் மலைப்பாம்பு தலை சிதறி நிலைகெட்டு உயிர் விட்டது. "ஆகா! அகாசூரன் அழிந்தான்" என்று தேவர்கள் மகிழ்ச்சியில் ஆரவாரம் செய்தனர்.

பிரமன் பார்த்தான்; அவனுக்கே ஒரு பொறாமை உண்டாகிவிட்டது. "மூலையில் உட்கார்ந்து கொண்டு வேதம் படித்துக் கொண்டிருக்கிறோம்; நம் நாதம் இந்த உலகத்துக்கு எட்டவில்லை; கண்ணனுக்கு ஓர் ஏதம் உண்டாக்கிப் பார்ப்போம்; அவன் என்ன செய்கிறான் தெரிந்து கொள்ளலாம்" என்று எண்ணத் தொடங்கினான்.

"கலியாணச் சந்தடியில் முகம் பார்க்கும் கண்ணாடியும் சீப்பும் ஒளித்து வைத்துவிட்டால் கலியாணம் நின்று போய்விடும்;

திண்டாட வேண்டியது தான்" என்ற மனப்போக்குக்கேற்ப இந்தக் கன்றுகளையும் இடைச் சிறுவர்களையும் கடத்திச் சென்று விட்டால், இவன் எப்படி அவர்களை நடத்திச் செல்ல முடியும்? பார்க்கலாம் ஒரு கை என்று கடத்தல் தொழிலுக்கு அவன் முதல் வழிகாட்டியாகச் செயல்பட்டான்.

மலைச்சாரலுக்கு அப்பால் கன்றுகளை ஆயர்கள் தொடர்ந்து துணிந்து மேயவிட்டுக் கொண்டிருந்தனர். அவர்களை அப்படியே திசை திருப்பித் தன் ஆதிக்கத்தில் வைத்துக்கொண்டான். கண்ணனின் கண்களுக்குப் புலப்படாமல் செய்து விட்டான்.

கதிரவன் கால் சாய்ந்தான்; மங்கிய அந்தி நேரம்; கண்ணனும், பலராமனும் தம் தோழர்கள் வருவார்கள் என்று எதிர் நோக்கினர். அதிர்ச்சியை அடைந்தனர் அவர்கள் இறங்கி வராமையால்.

எப்படி வீட்டுக்குத் திரும்புவது என்ற வினாவுக்கு விடை தேடினர். குமுதப் போட்டிக்கு விடை காண்பது போல் குழப்பத்தில் ஆழ்ந்தனர். "கவலைப்படாதே வீடு வந்து சேர்வர்" என்றான் கண்ணன். வீடு போய்ச் சேர்வதற்குள் தம் தோழர்களும் கன்றுகளும் முன்னே செல்வதைப் பலராமன் பார்த்தான்.

"எப்படிப் போனார்கள்?" என்று கேட்டான்.

"வழி தெரியும்" என்றான் கண்ணன். நேரம் சிறிது கழித்து வந்தமையால், இவர்கள் வருகையை ஊரவர் எதிர் பார்த்துக் கொண்டிருந்தனர்.

"ஏன் இவ்வளவு நேரம்?' என்று கேட்டனர்.

"மேய்ச்சலுக்குச் சற்று உள்ளே சென்று விட்டோம்" என்று கூறினார். இந்தப் பதில் அவர்கள் உளைச்சலைத் தீர்த்து வைத்தது.

கண்ணன் உடனே கன்றுகளாகவும் இடைச் சிறுவர்களாகவும் தன்னைப் பெருக்கிக் கொண்டான். பலராமனால் அடையாளம் கண்டு கொள்ள முடியவில்லை. வீட்டுக்குச் சென்ற போதும் அவர்களும் வேற்றுமையைத் தெரிந்து கொள்ளவில்லை.

ஒரு நாள் மாலைப் பொழுதில் ஒரு புதுமை நிகழ்ந்தது. கன்றுகளைச் சிறுவர்கள் மேய்ப்பது வழக்கம். பசுக்களைப் பெரியவர்கள் மேய்த்து வந்தனர். அவை அன்று குன்றின் உச்சியில் மேய்ந்து கொண்டிருந்தன. திடீர் என்று இந்த தெய்வீகக் கன்றுகளைப் பார்த்ததும் அதை மேய்ப்பவர்களை மீறிக் கொண்டு கீழே வந்து அக் கன்றுகள் பால் குடிக்க அவற்றைத் தாவி நின்றன; மடிகளில் பால் சுரந்து பெருகியது: இடையர்கள் தடுத்து நிறுத்த இயலவில்லை.

இதற்கு முன்னால் இதுபோன்ற நிகழ்ச்சி நடந்தது இல்லை. பசுக்கள் ஆர்வமுடன் வந்ததில்லை. அதன் தாய்மை முடங்கிக் கிடந்தது. இப்பொழுது மட்டும் ஏன் இவ்வளவு ஆர்வம்! இந்த அன்பின் பிணைப்புக்குக் காரணம் என்ன என்று பலராமனுக்கு விளங்கவில்லை.

இந்தக் கன்றுகளுக்கு இந்தத் தெய்வ சக்தி எப்படி உண்டாகியது? கண்ணனைக் கேட்டுத் தெரிந்து கொள்ள விழைந்தான். இதன் ரகசியம் யாது என்று வினாவினான். இவை போலிகள் என்று கண்ணன் உண்மையைச் சொன்னான். இதற்குள் ஒரு வருஷம் ஓடிப் போய்விட்டது. இனிமேல் நீட்டித்தால் கண்ணனின் சினத்துக்கு ஆளாக வேண்டும் என்று அஞ்சி மறைத்து வைத்த கன்றுகளையும் இடையர்களையும் பிரமன் விடுவித்தான்; தன் மாற்று வடிவமான உண்மைக் கன்றுகளும் ஆயர் சிறுவர்களும் எந்தப் புதிய நினைவுகளும் இல்லாமல் சர்வ சாதாரணமாக இவர்களோடு கலந்து வீடு வந்து சேர்ந்தனர்.

பிரமன் இறைவனைச் சோதித்ததற்காக வருத்தம் தெரிவித்தான். கண்ணனின் பேராற்றலைத் தான் அறிந்து கொள்வதற்காகச் செய்த செயல் என்று கூறினான்.

கழுதை வடிவில் வந்த அசுரன் (தேனுகன்)

பனங்காடு ஒன்று இருந்தது; அங்கு எவரும் போவதில்லை; அங்கு ஒரு பொல்லாத அசுரக் கழுதை இருந்தது. பனம் பழம் பறிக்கச் சென்றால் மரத்தின் அருகில் போக முடியாதபடி உதைத்துத் தள்ளியது. ஆயர் சிறுவர்களுக்கும், மற்றவர்களுக்கும் பனம் பழத்தின் வாசனை மிகவும் கவர்ந்தது. அவற்றைப் பறித்து உண்ண விரும்பினர்.

கண்ணனிடம் தம் விருப்பத்தைத் தெரிவித்தனர். அவன் துணிந்து தன் தோழர்களை அழைத்துக் கொண்டு பனங்காட்டுக்குச் சென்றான். கழுதை வடிவில் இருந்த தேனுகாசுரன் என்பவன் வேகமாக உதைக்க வந்தான். அவன் பதைத்துத் துடிக்கும்படி தூக்கி எறிந்தான். கழுதை கத்திக்கொண்டே செத்தது. அவனைத் தொடர்ந்து பல கழுதை அசுரர்கள் வந்தனர். அவர்களையும் அடித்துக் கொன்றான். அதற்குப் பிறகு அங்கு ஒரு கழுதையும் இல்லை.

பனங்காட்டுக்குச் சென்று பலரும் பழம் பறித்துத் தின்றனர். கண்ணனின் பேருதவியை அனைவரும் பேசிப் பாராட்டினர்.

காளிங்கனை அடக்குதல்

இதனைக் காளிங்க மர்த்தனம் என்றும், காளிங்க நர்த்தனம் என்றும் சொல்வார்கள். கண்ணன் பலராமன் இல்லாமலேயே யமுனை நதிக் கரைக்குச் சென்றான்.அங்கு ஒரு நீர் மடு இருந்தது; அதன் அருகில் செல்லவே ஆயர் சிறுவர் அஞ்சினர். கேட்டால் அதன் வாடையே தீய்த்து விடும் என்று

உரைத்தனர். அந்தத் தண்ணீரில் யாரும் குளிப்பதும் கிடையாது; நீரைப் பருகுவதும் இல்லை; கன்றுகளும் போவது இல்லை என்று தெரிவித்தனர்.

காரணம் என்ன என்று கேட்டதற்குக் காளிங்கன் என்ற பாம்பு அங்கு இருக்கிறது என்றும், அது கக்கிய விஷத்தால் கரையில் உள்ள மரங்களும், செடி கொடிகளும் பட்டு விட்டன என்றும் கூறினர்.

"இந்த மடுவில் நான் குதித்து நீந்தப் போகிறேன்" என்றான்.

"வேண்டாம்" என்று சொல்லிப் பார்த்தனர். இது விஷப் பரீட்சை என்றும் தெரிவித்தனர்.

"தீமையைக் கண்டு அஞ்சக் கூடாது; எதிர்க்க வேண்டும். அப்பொழுதுதான் தீமைகளை அகற்ற முடியும்." என்றான் கண்ணன்.

பக்கத்தில் ஒரு கடப்பமரம் இருந்தது. அங்கு எப்பொழுதாவது கருடன் வந்து உட்காரும்; அது அமுதத்தை அங்குச் சொரிந்ததால் அது மட்டும் உலராமல் இருந்தது. அதன் கிளை ஒன்று அந்த மடுவில் சாய்ந்து அதைத் தொட்டுக்கொண்டு இருந்தது.

மரக்கிளையில் ஏறித் 'துடும்' என்று நீரில் பாய்ந்து நீந்தினான். கரையில் இருந்தவர்கள் இன்னது செய்வது என்று தெரியாமல் செயலற்று நின்றனர். சிலர் வீட்டுக்குச் சென்று கண்ணனின் தாயிடமும் தந்தையிடமும் கூறினர். பலராமனுக்கும் செய்தி தெரிந்தது. ஊரே திரண்டு அங்கு வந்து கரையில் நின்று கொண்டார்கள்.

என்ன நடக்குமோ என்று அஞ்சி நின்றனர். நீரில் இருந்து பல தலைகளுடைய பாம்பு ஒன்று வெளியே வந்தது. கண்ணன் அதனை எதிர்க்கவில்லை. என்ன செய்கிறது பார்க்கலாம் என்று எதுவும் செய்யாமல் நீரில் தன் போக்கில் விளையாடிக் கொண்டு இருந்தான். பாம்பு வேகமாகச் சென்று தன் வாலைக்

கொண்டு அவனை நன்கு பிணித்து விட்டது. இனி அதன் இறுகிய பிடியில் இருந்து தப்ப முடியாது என்று கரையில் இருந்தவர்கள் கதறினர். சில மணி நேரமாக அதன் பிடியில் கண்ணன் இருந்தான்.

யசோதை என்ன ஆகுமோ என்று கதறினாள். தான் நீரில் குதிக்கத் துடித்தாள். இதே போல நந்தரும் வேதனைப்பட்டார். இளைஞர்கள் தம் உயிரைக் கொடுத்தேனும் அவனைக் காக்க முன் வந்தனர். இன்னும் சிறிது தாமதித்தால் யசோதை உயிர் விட்டு விடுவாள் என்று அதினின்று விடுபடச் செயல்பட்டான்.

கண்ணன் தன் உருவினைப் பெருக்கத் தொடங்கியவுடன் வலி தாங்க முடியாமல் கட்டு அவிழ்ந்தது; அவனைத் தீண்டிச் சாகடிக்க முடியும் என்று வாலினை நீட்டிப் பார்த்தது; அதன் பல் கடிக்கு அகப்படாமல் தலைக்குத் தலை தாவிக் கால்களைப் பெயர்த்து எடுத்தான். இஃது ஒரு நடனமாகவே அமைந்தது.

அதன் வாலைப் பிடித்துக்கொண்டு தலைகள் ஐந்திலும் காலை மாறிமாறி வைத்து நர்த்தனம் செய்தான்: அதைப் பார்த்து மகிழ்வதா? அவன் உயிர் தப்புவானா என்று கவலை கொள்வதா? என்று தெரியாமல் தவித்தனர்.

பாம்பு அடங்குவதாக இல்லை. அதனால், அவன் தன் கால்களால் மாறிமாறித் தாக்க அது வலி தாளாமல் தளர்ந்தது. அதன் சோக மூச்சைக் கேட்டு அதன் பத்தினிகள் வெளியே வந்து தலைகாட்டினர்.

இனித் தம் கணவன் உயிர் பிழைத்தல் அரிது என்று தெரிந்தது. உடனே நாகபத்தினிகள் கணவனின் உயிர்ப் பிச்சை கேட்டனர்; கண்ணனின் பெருமையை உணர்ந்து பலவாறு ஏத்திப் புகழ்ந்தனர்; தம்முடைய வணக்கத்தைத் தெரிவித்தனர். நாகமும் மிகவும் சோர்ந்து தன்னை விட்டுவிட வேண்டியது; தன் மூர்க்கத்தனத்தைத் தன் பிறவிக்குணம்

என்றும், அதனை எளிதில் விட முடியாததால் தான் எதிர்த்தது என்றும் கூறியது.

பிருந்தாவனத்து மாடுகளும், ஆடுகளும், கோபியரும் அங்கு வந்து நீர் குடிக்க வேண்டும் என்றும், மக்கள் மிகுந்து வாழும் இடத்தில் தங்குவது தகாது என்றும், ஊருக்குப் பயன்படும் பொது நீர்த்துறையைப் பாழ்படுத்தக் கூடாது என்றும் அறிவித்தான்.

"காட்டில் வாழும் சிங்கம் புலி அவை இருக்க வேண்டிய இடத்தில்தான் இருக்க வேண்டும். அப்பொழுதுதான் அதற்கும் காப்பு; மற்றவர்களுக்கும் காப்பு; அதுபோல நீ கடலில் இருப்பதுதான் உனக்கும் நன்மை. மற்றவர்களுக்கும் நன்மை" என்று கூறினான்.

"மூட்டை முடிச்சுகளை எடுத்துக் கொண்டு மனைவி, மக்களை அழைத்துக் கொண்டு உடனே புறப்படு; என் ஊர் மக்கள் இங்கு வந்து புழங்க வேண்டும்" என்று கூறினான்.

நாகமும் அதுவே தனக்கு ஏற்றது என்று நாள் கணக்கில் தங்கி இருந்த இடத்தைவிட்டு அகன்றது.

இது கண்ணன் ஊருக்குச் செய்த பொதுச் சேவையாதலின் அனைவரும் அதனையே பாராட்டிப் பேசினர்.
பிருந்தாவனமும் குடிக்க நீர் வசதி பெற்று உயர்வு அடைந்தது.

பிரலம்பாசுரனைப் பிணமாக்கியது

தேனுகாசூரன் இறந்த பின்பு அப்பனங்காடு அவ் ஆயர் சிறுவர் ஆடும் இடமாக மாறியது. இருவரும் பாண்டீரகம் என்கிற ஆலமரத்து அருகே மற்றவர்களோடு பல் வகை விளையாட்டுகளை ஆடிக் கொண்டிருந்தனர். கண்ணன் பொன்னிற ஆடையும் பலராமன் அவனுக்குப் பிடித்த நீல நிற ஆடையும் உடுத்தி இருந்தனர்.

பிரலம்பன் என்பவன் இடையர் சிறுவனாகி அவர்கள் நடுவில் புகுந்து அனைவரிடமும் சிரித்துப் பேசி நட்புச் செய்து கொண்டான். கண்ணனும் அவன் ஓர் அசுரன் என்பதனை அறிந்திருந்தான்; ஒன்றும் தெரியாதது போல் அவனைத் தெரிந்தவன் போல் அவனோடு பழகினான்.

அவர்கள் மான்போல் துள்ளி விளையாடும் ஓர் ஆட்டத்தைத் தொடங்கினர். ஒருவருக்கு ஒருவர் மோதிக் கொண்டு வெற்றி பெற வேண்டியதாய் இருந்தது; இரட்டையராய்த் தனித்தனியே பிரிந்து விளையாடினர்.

ஆடுவது என்றால் இருவருக்குள்ளேயே இதில் போட்டி நடந்தது. யார் முந்திக் கொள்கிறாரோ அவரே வென்றவர் ஆவர். இவ்வாறு ஆடியதில் கண்ணனுக்கு எதிரி தாமன்; பலராமனுக்கு எதிரி இந்தப் புதியவன் பிரலம்பாசுரன். தோற்றவர் வென்றவனைச் சுமந்து செல்ல வேண்டும் என்பது விதியாய் இருந்தது. பிரலம்பாசுரன் கண்ணனைக் கொல்ல வாய்ப்பு இல்லாமல் போய்விட்டது. பலராமனையாவது முடித்துவிடலாம் என்று உறுதி கொண்டான்.

அவனை மற்றவர் காணாதபடி நெடுந்தூரம் தூக்கிச் சென்று விட்டான். பலராமனுக்குத் தெரிந்துவிட்டது அவன் ஒரு அசுரன் என்று. அவனைக் கீழே கவிழ்த்துப் போட்டு மோதி அவனைக் கொன்று முடித்தான். கண்ணன் அதில் ஈடுபடாமல் பலராமனின் திறமையை நம்பி விட்டு விட்டான்.

கோபியர் சேலைகளைக் கவர்தல்

ஆயர்பாடியில் உள்ள கோபியர் கண்ணபிரானிடம் கொண்ட வேட்கை மிகுதியால் அவன் தம்மைக் காதலிக்க வேண்டி நோன்பு நோற்றனர்; முடிவில் யமுனையில் நீராடச் சென்றனர். அங்கே அவர்கள் வழக்கப்படி சேலைகளைக் கரையில் வைத்து விட்டு நீராடினர். கண்ணன் அந்த ஆடைகளை எல்லாம் எடுத்துக்கொண்டு அருகில் இருந்த

மரத்தின்மேல் ஏறிக்கொண்டான்; சிறிது நேரம் அவர்களை அலைக்கழித்தான், பின்பு அவர்கள் கைகூப்பி வணங்கிக் கேட்க, அவ்வாடைகளைத் திருப்பித் தந்தான்.

பந்தவிலோசனத்து அடிசில் உண்டது

கண்ணனும் பலராமனும் கன்றுகளுடனும் இடையர் களோடும் யமுனைக் கரையில் நெடுநேரம் தங்கிவிட்டனர். கண்ணன் திரிந்து களைத்து ஆற்றங்கரையில் அமர்ந்திருந்தான். அப்போது இடையச் சிறுவர் தமக்குப் பசிப்பதாகவும், உணவு அருள் வேண்டும் என்றும் கேட்டனர். அவர்களை நோக்கி அடுத்துப் பந்தவிலோசனம் என்ற ஊரில் பிராமணர் வேள்வி நடத்துவதாகவும், அங்கே போய்த் தம் பெயரைக் கூறினால் பசிக்குச் சோறு தருவார்கள் என்றும் கூறி அனுப்பினான். அவர்கள் வேள்வி முடியும் முன் யாருக்கும் சோறு போடுவதில்லை என்று கூறி மறுத்துவிட்டனர். மீண்டும் கண்ணனிடம் சென்று, இதை உரைத்தனர்; அவர்கள் இல்லங்களுக்குச் சென்று அவர் மனைவியரைக் கேளுங்கள் என்று கூறினான்; அவர்களும் அவ்வாறே போய் அவர்களைக் கேட்கக் கண்ணன் திருநாமத்தையும், பலராமன் பெயரையும் கேட்ட அளவில் அவர்கள் எல்லை இல்லா மகிழ்ச்சி கொண்டு ஆனந்த பரவசராகிச் சுவைமிக்க உணவினையும், காய்கறிகளையும், இனிப்புகளையும், சோறு குழம்பு முதலியவற்றையும் நல்ல நல்ல பாத்திரங்களில் நிரப்பிக் கொண்டு அவர்கள் இருக்கும் இடம் தேடிச் சென்று பரிமாறினர்.

அவர்கள் அங்குச் செல்லும்போது அவர்கள் உறவினர், தந்தை, கணவன், உடன்பிறந்தவர்கள் எவ்வளவு தடுத்தும் அவர்களைப் புறக்கணித்துவிட்டு மீறிச் சென்றனர்; கண்ணன் முன் அவற்றை வைத்துச் சேவித்து வணங்கிவிட்டுப் பரமானந்தம் மிக்கவர்களாய் மீண்டு சென்றனர். அவ்வுணவுகளைக் கண்ணன் அனைவர்க்கும் பரிமாறிவிட்டுத்

தானும் தன் தமையனோடு அமுது செய்தான். இதே வழக்கமாக நாள்தோறும் உணவு குறிப்பிட்ட காலத்தில் அவர்கள் கொன்டு வந்து தந்து கொண்டிருந்தனர்.

தமக்கும் அவர்களால் கண்ணன் தரிசனம் கிடைத்தல் குறித்து ஆடவர்கள் மகிழ்ந்தனர்; அவர்கள் தாமும் கண்ணனிடம் செல்ல நெருங்கினர். ஆனால், கம்சனின் பகை வருமே என்று அஞ்சி ஒதுங்கி நின்றனர். கண்ணனைக் கண்டு அவனோடு ஒன்றிவிட்ட இறை உணர்வு அவர்கள் பத்தினிகளுக்குக் கிடைத்தது. வேள்வி ஆசான்களுக்குக் கிடைக்கவில்லை. அவர்கள் சாத்திரங்களையும் சடங்குகளையும் நம்பி அவற்றையே உய்தற்கு வழி என்று தவறான பாதையில் சென்றனர். முழுமுதற்பொருள் நேரில் வந்தும் அவர்களால் தாமே அமைத்துக்கொண்ட எல்லைகளைக் கடக்க முடியாமல் நின்றுவிட்டனர்.

கோவர்த்தன கிரிதாரி

கோவர்த்தன கிரி அவர்களுக்கு மேய்ச்சல் நிலமாகப் பயன்பட்டது. அதன் சாரலிலே அவர்கள் நித்தம் திரிந்து விளையாடினர். அங்கே ஆயர்கள் கூட்டம் கூட்டமாய்த் திரண்டு சென்று கொண்டிருந்தனர்.

"எங்கே போகிறீர்கள்?" என்று கேட்கப் "பொங்கல் இட; இந்திரனுக்கு வழிபாடு செய்யச் செல்கிறோம்" என்றனர்.

"ஞாயிறு, திங்கள், மழைநீர் இவற்றையே வழிபடுவது வழக்கம்; இவற்றை விட்டுவிட்டு இந்திரனை வழிபடுவது புதுமையாய் இருக்கிறது" என்றான் கண்ணன்.

"மழைக்கு வருணன் தலைவன்; அவனுக்கு இந்திரன் தலைவன்; அதனால் அவனை வழிபடுகிறோம்" என்றனர் ஆயர்கள்.

"பசுவே நாம் வழிபட வேண்டிய தெய்வம்; செய்யும் தொழிலே தெய்வம் என்பது தெரியாதா" என்று கேட்டனன் கண்ணன்.

அவர்கள் அவன் சொல்லியதை ஏற்றுக் கொண்டனர் எந்தத் தெய்வத்தின் பெயரும் கூறாமல் பொங்கல் இட்டுத் தம் பசுக்களை மதித்து வழிபட்டனர்.

இந்திரன் இதனை அறிந்து சினம் மிகக் கொண்டான்; அவர்களை அடக்குவதற்காகக் கடுமையான மழை தொடர்ந்து பெயச் செய்தான். இடியும் மின்னலும் உடன் சேர்ந்தன. எல்லாவற்றையும் விட்டுவிட்டுப் பாடி வீட்டுக்கு ஓடிவிட முடியாது; அதனால், மழையால் நனைந்தனர்.

கண்ணன் 'இஃது இந்திரன் செயல்' என்று அறிந்து கோவர்த்தன மலையையே குடையாகப் பிடித்தான். அதன் நிழலில் கன்றுகளும், பசுக்களும், இடையர் சிறுவர்களும், பெரியோர்களும் புகல் அடைந்தனர்.

கண்ணனின் பேராற்றலைக் கண்டு வியந்த இந்திரன் தரைக்கு வந்து கண்ணனை வணங்கித் தன்னை மன்னிக்கும் படி வேண்டினான். கண்ணனை அவன் தன் தம்பியாக ஏற்றுக்கொண்டான். அதனால், கண்ணனுக்கு உப இந்திரன் என்ற பெயர் வழங்கலாயிற்று, பசுக்களைக் காத்தமையின் கோவிந்தன் என்னும் பெயரும் நிலைத்துவிட்டது. துன்பம் வரும்போது அனைவரும் கோவிந்தன் பெயரைச் சொல்லி அழைப்பதும் வழக்கமாகி விட்டது.

கண்ணனும் கோபியரும் (குழலிசை)

கண்ணன் கன்றுகளை மேயவிட்டுப் பின் அவன் புல்லாங்குழல் ஊதுவது வழக்கம். வேய்ங்குழல் (வேய் மூங்கில்) இசைக்கு உருகாதவர் யாரும் இல்லை; பசுக்களும் கன்றுகளும் மேய்வதை விட்டுச் செவி கொடுத்து மயங்கின.

மரங்கள் எல்லாம் அந்த ஓசையால் பசுமையாகத் தழைத்தன. எங்கு இருக்கும் மயில்களும், குயில்களும் அவன் இசை கேட்க வந்து குவிந்தன. கண்ணன் என்றால் அவன் ஊதும் குழல் அவனோடு சேர்த்துப் பேசப் பட்டது.

பொன்னிற ஆடையைக் கண்ணனும், நீலநிற ஆடையைப் பலராமனும் அணிந்துகொண்டு கண்ணன் குழலூதி வர மேய்ச்சல் வனத்தில் புகுவது கண்கொள்ளாக் காட்சியாயிருந்தது.

"கண்ணனின் குழல் அவன் வாயிதழ்களின் சுவையை அடைதற்கு என்ன தவம் செய்ததோ" என்று கோபியர் வியந்தனர்.

"கருப்பூரம் நாறுமோ கமலப்பூ நாறுமோ
திருப்பவளச் செவ்வாய்தான் தித்தித்திருக்குமோ
மருப்புஒசித்த மாதவன்தன் வாய்ச்சுவையும் நாற்றமும்
விருப்புற்றுக் கேட்கின்றேன் சொல்லாழி வெண்சங்கே"

என்ற ஆண்டாள் திருப்பாசுரம் அவன் வாய்ச்சுவையின் இனிமையைப் பாடுகிறது. இது நம் நெஞ்சைத் தொடுவதாகும்.

இதே போன்று ஆய்ச்சியர் அவன் குழல் இசைக்கு மயங்கி நின்றனர். கண்ணன் மயில் தோகை இறகுகளைத் தலைச் சுட்டியில் செருகி இருந்தான். மஞ்சள் நிற ஆடை அவனுக்குத் தனி அழகைத் தந்தது.

அந்தக் கோவர்த்தன கிரியே அவன் குழல் இசையால் எதிரொலித்தது. அவர்கள் மாடு மேய்க்க வந்தார்களா? இசை நிகழ்ச்சி நடத்துகிறார்களா? என்று தெரியாமல் அவர்கள் இனிமையாக அங்குப் பொழுதுபோக்கினர்.

குரவை நிகழ்ச்சி

கோபியர் இளம்பெண்கள் ஒவ்வொருவரும் கண்ணனையே கணவனாய் அடைய விரும்பினர்; அவனையே கனவிலும் நினைத்தவராய் வாழ்ந்தனர்; அந்தக் கனவுகளை நாச்சியார் திருமொழி நன்கு நவில்கிறது.

அவற்றுள் சில பாடல்கள் இவை;

"வாரணம் ஆயிரம் சூழ வலம்செய்து
நாரணன் நம்பி நடக்கின்றான் என்றுஎதிர்
பூரண பொற்குடம் வைத்துப் புறமெங்கும்
தோரணம் நாட்டக் கனாக்கண்டேன் தோழிநான்"

"நாளை வதுவை மணமென்று நாளிட்டுப்
பாளைக் கமுகு பரிசுடைப் பந்தற்கீழ்
கோள்அரி மாதவன் கோவிந்தன் என்பான்ஓர்
காளை புகுதக் கனாக்கண்டேன் தோழிநான்"

"மத்தளம் கொட்ட வரிசங்கம் நின்றூத
முத்துடைத் தாமம் நிரைதாழ்ந்த பந்தற்கீழ்
மைத்துனன் நம்பி மதுசூதனன் வந்து என்னைக்
கைத்தகலம் பற்றக் கனாக் கண்டேன் தோழிநான்"

கோபியர் கன்னியர்கள் கண்ணனையே கனவிலும் நனவிலும் நினைத்து அவன் நினைவாக வாழ்ந்தனர். மணமான மங்கையரும் அவன் நினைவில் மயங்கி அவனோடு குரவைக் கூத்து ஆடக் குழுமினர். அவ்வப் பொழுது பால் நிலவில் அவன் ஊதும் குழல் ஓசை கேட்டு எங்கிருந்தாலும் கோபியர்கள் அங்கு வந்து அவனோடு ஆட வந்து கூடினர். அவர்களுள் இராதையே கண்ணனுடன் நெருங்கிய தொடர்பு கொண்டாள்.

கோபியர் ஒவ்வொருத்திக்கும் கண்ணன் தனித் தனியாக ஒரு ஒரு கண்ணனாகத் தோற்றம் அளித்து அவர்களோடு சேர்ந்து

வட்டமாகக் கைகோத்துக் குரவைக் கூத்து ஆடினான். இதனை ரசக்கிரீடை என்று கூறினர். எல்லையற்ற மகிழ்ச்சியில் அவர்கள் ஆழ்ந்து தம்மை மறந்து பரவசப்பட்ட மீளா நிலையில் ஆனந்தத்தில் மிதந்தனர். இஃது எல்லை மீறும் நிலையில் அவர்களை மெல்ல ஆற்றும் பொருட்டுக் கண்ணன் விலகி விடுவது வழக்கம்; அப்பொழுது கோபியர்களே ஒருத்தி கண்ணனாகவும் மற்றொருத்தி கோபியராகவும் கைகோத்துக் கொண்டு குரவைக் கூத்து ஆடினர்.

காளிங்க மர்த்தனம், கோவர்த்தன கிரியைக் குடையாகப் பிடித்தது, அசுரர்களை அவ்வப்பொழுது கொன்றது இதைப் போன்ற நிகழ்ச்சிகளையும் தம் ஆடல் பாடல்களில் வைத்துச் சித்திரித்து ஆடினர். இந்தக் குரவைக் கூத்து நிகழ்ச்சிகள் கோபியர் உள்ளங்களில் மறக்க முடியாத நினைவுகளாய் நிலைத்து நின்றன. இந்நிகழ்ச்சிகள் இலையுதிர் காலமாகிய சரத் காலத்தில் நடைபெற்றன.

பாம்பு வடிவில் ஒரு வித்தியாதரன்

நந்தகோபனும் அவனோடு சிலரும் அம்பிகாவனம் என்ற ஊரில் சரசுவதி நதிக்கரையில் இருந்த சிவன் கோயிலுக்குச் சிவராத்திரி அன்று வழிபடச் சென்றனர்.

அங்கே அந்த நதிக்கரையில் இரவுப்பொழுது கழித்தனர். அப்பொழுது ஒரு கொடிய மலைப்பாம்பு அவர்களை நோக்கி விழுங்குவது போல நெருங்கி வந்தது. பக்கத்தில் இருந்தவர்கள் அஞ்சி அகன்றுவிட்டனர். நந்தகோபன் செய்வது தெரியாமல் தன் மகனை நினைத்துக் கொண்டு "கிருஷ்ணா வந்து என்னைக் காப்பாற்று" என்று கத்தினார். எங்கிருந்து வந்தான் என்று சொல்ல முடியாதபடி கண்ணன் அங்கு வந்தான். தடி கொண்டு தாக்கி அதன் உயிரைப் போக்கினான். அதன் வடிவில் இருந்த ஒரு வித்தியாதரன் அழகிய தோற்றத்தோடு காட்சி அளித்தான். கண்ணனுக்கு இது வியப்பாக இருந்தது. "நீ யார்?" என்று கேட்டான். அவன் தன்

கதையைக் கூறினான். அவன் கந்தருவ நாட்டில் வாழும் ஒரு வித்தியாதரன். மிகவும் அழகாக இருந்ததால் கர்வம் மிகவும் கொண்டான்.

அவன் தன் வானவூர்தியில் பல தேயங்களுக்குச் செல்வது வழக்கம், வழியில் ஆங்கிரன் என்ற பெயருடைய ஒரு முனிவன் தவம் செய்து கொண்டிருந்தான். அவன் விகாரவடிவம் இவனை ஏளனம் செய்ய வைத்தது. அவன் அழகின்மையை எள்ளி நகையாடினான். அதனால் கோபம் கொண்ட முனிவன் அவனைச் "சர்ப்பம் ஆகுக" என்று சபித்தான்; அந்தச் சாபம் கண்ணனின் திருக்கரம் பட்டுத் தீர்ந்தது என்று கூறி, அவனிடம் விடை பெற்றுக்கொண்டு வித்தியாதரன் தன் நாடு போய்ச் சேர்ந்தான்.

சங்காசுரன் மரணம்

நங்கையர் சிலருடன் கண்ணனும் அவன் தமையனும் ஆடிக் கொண்டும் பாடிக் கொண்டும் ஓர் இரவு பிருந்தாவனத்தில் மகிழ்ச்சியுடன் இருந்தனர். அவர்கள் பேரழகும் பாட்டும் ஆட்டமும் இவர்களை மிகவும் கவர்ந்திருந்தன. அப்பொழுது அவ்விரவுப் பொழுதில் சங்காசுரன் என்ற அசுரன் ஒருவன் அங்கு வந்தான்; அவன் குபேரனின் நண்பன்; அதனால் அவன் மிக்க செல்வம் உடையவனாய் இருந்தான். அதைக் கண்டு அவன் புழுங்கினான்.

"இந்த இடைச் சிறுவர்களுக்கு, இடை அழகு மிக்க அழகியர் எப்படிக் கிடைத்தார்கள்; இவர்களுக்கு என்ன யோக்கியதை இருக்கிறது. செல்வம் மிக்கு உடைய எனக்கே இவர்கள் உரியர்" என்று உரிமை கொண்டாடினான்; விலை பேசிப் பார்த்தான்; அவன் வலையில் அவர்கள் விழுவதாய் இல்லை; அவன் தன் அசுரத் தன்மையால் அவர்களை வலிய இழுத்துக்கொண்டு வடநாடு நோக்கிச் சென்றான். அவர்கள் தம்மைக் காப்பாற்றும்படி குரல் கொடுத்துக் கொண்டே சென்றனர்.

கண்ணனும் பலராமனும் அவர்களைப் பின் தொடர்ந்து அவனை மடக்கிவிட்டனர், அப்பெண்களை மட்டும் பலராமன் வசம் ஒப்புவித்துவிட்டுக் கண்ணன் அவன்பின் தொடர்ந்தான். அவன் எங்குச் சென்றாலும் விடுவதாக இல்லை. இறுதியில் அவன் மீது பாய்ந்து தன் கையாலேயே குத்திக் கொன்றான். அவன் வசம் விலை மதிப்பு மிக்க சங்கு ஒன்று இருந்தது; அந்த ஒளி மிக்க சங்கினைக் கொண்டு வந்து கண்ணன் பலராமனுக்குத் தந்தான். சங்கு அவன் சொத்து; அதனால் அந்த அசுரன் சங்காசுரன் எனப் பெயர் வழங்கப்பட்டான்.

எருது வடிவில் அரிஷ்டாசுரன்

அரிஷ்டாசுரன் என்ற அசுரன் எருது வடிவில் ஆயர் பாடியில் புகுந்தான்; இடிபோன்ற குரல் எழுப்பினான்; அடி எடுத்து வைப்பது பூமியை அதிரச் செய்தது; பசுக்கள் எல்லாம் நடுநடுங்கி ஓடின; மற்றைய எருதுகளும் தாக்குதலுக்கு ஆற்ற முடியாமல் அலறின; மக்கள் உயிருக்கு அஞ்சினர்.

கண்ணனிடம் ஆயர்பாடி மக்கள் முறையிட்டனர். கண்ணன் அதன் கொம்புகளை இறுகப் பிடித்துக் கொண்டு போராடி அடக்கினான். அது களைத்துவிட்டது. அதனை ஓங்கி ஓர் உதைவிட்டான். அது கீழே சாய்ந்து இறந்தது.

நாரதர் வருகை

இந்த நிகழ்ச்சிக்குப் பிறகு நாரதர் கம்சனின் சாவினைத் துரிதப்படுத்துவதற்காக அவனிடம் சென்றார். அவனுக்குக் கண்ணன்தான் தேவகியின் எட்டாவது மகன் என்பதைத் தெளிவுபடுத்தினார். குழந்தை மாற்றப்பட்ட செய்தியையும் உடன் சொல்லினார். உடனே அவனுக்குத் தன்னை ஏமாற்றிய

தேவகி வசுதேவர்கள் மேல் கோபம் உண்டாகியது. வாள் கொண்டு அவரை வெட்ட முற்பட்டான்.

நாரதர் தடுத்து நிறுத்தினார். "பலராமனையும் கண்ணனையும் கொல்வதை விட்டு விட்டுத் தேவை இல்லாமல் இந்த முதியவர்களைக் கொல்வதால் பயன் இல்லை; விட்டுவிடு" என்றார். அவர்கள் இருவரையும் தாளில் விலங்கிட்டுச் சிறையில் தள்ளினான். கேசிகன் என்ற அசுரனை அழைப்பித்து அவனை உடனே ஆயர்பாடிக்குச் சென்று கண்ணனைக் கொன்று வரும்படி ஆணையிட்டான். மற்றும் யானைப் பாகனைக் கூப்பிட்டு அனுப்பினான். "கண்ணனும் பலராமனும் வருவார்கள். அவர்களை வரச் சொல்லி அனுப்புவேன்; அவர்கள் அரண்மனை வாயிலில் நுழையும்போது குவலயானந்தம் என்னும் யானையை ஏவி அவர்களைத் தீர்த்துவிடு" என்று கட்டளையிட்டான். அடுத்துச் சாணூரன், முஷ்டிகன், சாலன், தோசலன் முதலிய மல்வீரர்களை அழைத்தான். "கண்ணனும் பலராமனும் யானைக்குத் தப்பித்து வந்தால் அவர்களை மற்போருக்கு அழைத்து அவர்கள் இருவரையும் கொன்றுவிடுங்கள்" என்று கூறினான்; அவர்களுக்குப் பரிசுகள் தருவதாகச் சாற்றினான். மேலும் தம் நண்பர்களை அழைத்துச் சிவன் கோயிலில் 'வில் வேள்வி' ஒன்றுக்கு ஏற்பாடு செய்யும்படி கூறினான்.

யது வமிசம் கண்ணன் பிறந்த குலம்; அதனால் அந்த வமிசத்தில் மிகவும் கண்ணியமானவராக மதிக்கப்பட்ட அக்குருவர் என்பவரை அழைப்பித்தான். அவர் வசுதேவருக்கு நெருங்கிய உறவினர், அவரிடம் தன் வேண்டுகோளைக் கூறினான்.

"நீர் யது குலத்தினருக்கும் போஜர்களுக்கும் வேண்டியவர். அதனால் எனக்கு நீர் ஓர் உதவியை மறுக்காமல் செய்ய வேண்டும்," என்றான். கம்சன் போஜர் பிரிவைச் சார்ந்தவன்.

"நீர் பிருந்தாவனம் சென்று பலராமனையும் கிருஷ்ணனையும் இங்கு அழைத்து வரவேண்டியது. சிவனுக்கு நடத்தும் 'வில்

வேள்வி' விழாவுக்கு நான் அழைத்தாகச் சொல்லுக, நீர் வரச் சொன்னால் அவர்கள் மறுக்க மாட்டார்கள்" என்று கூறினான்.

"என் நோக்கம் அவர்களை அழைப்பித்து வஞ்சமாகக் கொல்வது; கண்ணனால் எனக்கு மரணம் நேரும் என்று அசரீரி கூறி இருக்கிறது. நான் உயிர் வாழ வேண்டுமானால் அவர்களைக் கொன்று ஆக வேண்டியுள்ளது; என் மீது இரக்கம் கொண்டு நீர் இந்த உதவியைச் செய்ய வேண்டும்" என்று கூறினான்.

அதற்கு அவர் மறுக்கவில்லை. "விதி வலிமையானது; இஃது எப்படி முடியும்? என்று கூற முடியாது. நாம் ஒன்று நினைத்தால் தெய்வம் ஒன்று நினைக்கும்; நம் செயலால் ஆவது ஒன்றும் இல்லை; என்ன நடக்க வேண்டுமோ அது நடந்துதான் தீரும். என் நண்பன் என்பதால் நீ சொல்லுகிறபடி அவர்களை இங்கு அழைத்து வருகிறேன்" என்று கூறினார்.

அவர்களை அழைத்து வர அழகான தேர் ஒன்று சிங்காரித்து அனுப்பினான். அவரும் அத்தேரில் ஏறிக்கொண்டு பிருந்தாவனம் சென்றார்.

கேசியின் மரணம்

கேசி என்ற அசுரனையும் வியோமாசூரன் என்ற அவன் தோழனையும் இறுதி முயற்சியாகக் கம்சன் அனுப்பி வைத்தான். கேசி அதிகாலையில் பிருந்தாவனம் வந்து சேர்ந்தான்; அவன் குதிரை வடிவில் வந்து ஊரையே அதிர வைத்தான். செய்தி தெரிந்து வந்த கண்ணன் அதன் சேணத்தை இறுகப் பிடித்துக்கொண்டு அதன் வாயில் தனது இடக்கையை விட்டுக் கழுத்தை நெறித்து விட்டான். அது திக்குமுக்கு ஆடிக் கால்களை உதைத்துக் கொண்டு உயிரைக் கக்கி உடலைக் கீழே போட்டது.

கண்ணன் வழக்கம்போல் அன்று காலை தன் தோழர் களுடனும் கன்றுகளுடனும் கோவர்த்தனமலைச் சாரலுக்குச் சென்றான். அங்கு அவர்கள் பல்வகை விளையாட்டுகள் விளையாடிக் கொண்டிருந்தனர். திருடன் விளையாட்டு விளையாடிக் கொண்டு தாமே ஒளிந்து கொண்டும் கன்றுகளை ஒளித்து வைத்தும் எடுபிடி விளையாட்டு விளையாடிக் கொண்டு இருந்தனர். இந்த விளையாட்டைப் பயன்படுத்திக் கொண்டு வியோமாசூரன் என்பவன் சிறுவர்களையும் கன்றுகளையும் மலைக் குகைகளில் ஒளித்து வைக்கத் தொடங்கினான். கண்ணன் அவன் செயல்களைத் தொடர்ந்து கவனித்துக்கொண்டு வந்தான் கையும் களவுமாகப் பிடித்து அவனை நன்கு புடைத்து அவன் வாழ்நாளையும் துடைத்தான். பின்பு கன்றுகளையும் தன் தோழர்களையும் விடுவித்துக்கொண்டு அன்று மாலை வீடு வந்து சேர்ந்தான். ஒரே நாளில் இரண்டு விருந்து கண்ணன் கைகளுக்குக் கிடைத்தன.

நாரதர் வருகை

அதன்பின் நாரதர் கண்ணனை வந்து சந்தித்தார். கம்சனுடைய திட்டங்களைக் கண்ணனுக்கு எடுத்துச் சொல்லி அவனுக்காக வில் விழா ஏற்பாடு செய்திருப்பதையும், குவலயானத்தம் என்னும் யானையையும் சாணுரன் முஷ்டிகள் முதலான வீரர்களையும் ஏற்படுத்தி இவர்கள் இருவரையும் மற்போருக்கு அழைக்கப் போவதையும் அவர்களையும் மீறிச் சென்றால் கம்சனே இவர்களைக் கொல்லப் போவதாகவும் அவன் திட்டம் வகுத்திருப்பதை விரித்துக் கூறினார்.

அக்குருவர் பயணம்

அக்குருவர் திருமாலிடம் பக்தியும் வழிபாடும் மிக்கவர்;

இந்தப் பணியால் கண்ணனைத் தரிசிக்க ஒரு வாய்ப்புக் கிடைத்தது என்று பெருமகிழ்வு கொண்டார்.

அக்குருவர் பிருந்தாவனத்தில் வந்தபோது கண்ணனும் பலராமனும் தொழுவத்தில் பசுக்களைப் பால் கறப்பதை நின்று பார்த்துக் கொண்டிருந்தனர். மஞ்சள் நிறப் பொன்னாடையில் கண்ணனும் நீல நிற ஆடையில் பலராமனும் காணப்பட்டனர். அவரை இருவரும் அழைத்துச் சென்று தந்தை நந்தகோபரிடம் விட்டனர். அவரை நந்தகோபர் நன்கு வரவேற்று உபசரித்தார். அவர் உண்டு உறங்கி எழுந்ததும் மறுநாள் வந்த செய்தியைக் கேட்டு அறிந்தார்.

வில்விழாவுக்கு வருகை தரும்படி அழைத்துள்ள அந்த வீணனான கம்சன் உள்ளத்தையும், அவன் திட்டங்கள் அனைத்தையும் கூறினார்; மேலும் கம்சன் தேவகி, வசுதேவரை வாட்டிய வரலாற்றையும், அவர்கள் சிறையில் வைக்கப்பட்டிருப்பதையும் விவரமாய் உரைத்தார்.

கண்ணனும் பலராமனும் நந்தகோபனிடம் இந்த விழாவிற்கு யாதவ இளைஞர் அனைவரையும் அழைத்துக் கொண்டு வரச் சொல்லினர். போர் செய்யக் கூடிய வலிமை மிக்க இளைஞர் சிலர் உடன் வரப் புறப்பட்டனர். நந்தரும் மற்றைய இளைஞர்களும் முன்னதாய் மதுராவை நோக்கிச் சென்றனர். கண்ணனும் பலராமனும் அக்குருவர் கொண்டு வந்த அழகிய தேரில் அமர்ந்து மதுராவை அடைந்தனர். கண்ணனைப் பிரிந்த கோபியர் ஊணும் உறக்கமும் நீங்கி அவன் நினைவால் வாடினர்; அக்குருவரைப் பழித்துக் கூறினர். கண்ணன் இல்லாத கோகுலம் நிலவு இல்லாத வானமாக இருண்டு கிடப்பது போல் இருந்தது. கோபியர் அகம் சோகம் அடர்ந்ததாய் மாறியது.

மதுராவில் கண்ணன்

காலையில் பிருந்தாவனத்திலிருந்து புறப்பட்ட தேர் பகல் மத்தியான நேரம் மதுராவை அடைந்தது. அக்குருவர் தம் இல்லத்திற்கு வந்து தங்கி இருந்து பின் அவர்கள் விருப்பம் போல் எங்கும் செல்லலாம் என்று கூறினார்.

கண்ணன் தேரில் இருந்து இறங்கினான்; பலராமனும் இறங்கிவிட்டான். "நாங்கள் இந்த நகரைச் சுற்றிப் பார்க்க விரும்புகிறோம்; நீங்கள் தேரில் போகலாம்" என்று கூறி அவரை அனுப்பிவிட்டனர்.

கண்ணனும் பலராமனும் வந்திருக்கும் செய்தி நகர் எங்கும் பரவியது. அவனைப்பற்றி ஏற்கனவே கேள்விப் பட்டிருந்த மக்கள் ஆடவரும், பெண்டிரும் திரள்திரளாய் வந்து அவனைப் பார்க்கக் கூடினர். மகளிர் அவன் பேரழகைக் கண்டு தம் மனத்தைப் பறிகொடுத்தனர். ஆடவர்கள் அவன் தோற்றத்தைக் கண்டு வியந்தனர். உடன் வந்த ஆயர் வீரர்களும் அவனோடு உடன் சென்றனர்.

நகரத்துக்குள் நுழைந்து சுற்றிப் பார்த்துக்கொண்டு வருகையில் துணி வெளுக்கும் சலவைத் தொழிலாளி ஒருவன் எதிர்ப்பட்டான்.

"எங்கே போகிறாய்? இந்த மூட்டைகள் யாருடையவை?" என்று கேட்டான் கண்ணன்.

"நான் துணிகள் வெளுப்பவன்; இவை கம்சனுடைய துணிகள்" என்றான்.

"எங்களுக்குச் சில உடைகள் தேவைப்படுகின்றன. கம்சனைக் காணப்போகிறோம்; நல்ல உடைகள் தேவைப்படுகின்றன" என்றான் கண்ணன்.

"அரசன் அணியும் ஆடைகள் இவை: ஆயர்குலச் சிறுவர் நீங்கள் அணிவது தகாது; தர முடியாது" என்றுரைத்தான்.

தம்மை இகழ்ந்து பேசியதால் அவன் தலையில் ஒரு தட்டுத் தட்டினான், கண்ணன் அடி தாங்க முடியாமல் அவன் தரையில் சாய்ந்து இறந்தான். கண்ணன் தனக்கு வேண்டிய மஞ்சள் பொன்னாடையையும், பலராமன் தான் விரும்பிய நீல நிற ஆடையையும் எடுத்துக் கொண்டனர்.

நன்கு உடுத்திக் கொண்டு சுதாமன் என்ற பெயருடைய பூக்காரன் ஒருவனைச் சந்தித்தனர்; இவர்களைக் கண்டதும் எந்த வித மறுப்பும் சொல்லாமல் மாலைகளைத் தேர்ந்தெடுத்து அவர்கள் கழுத்தில் அணிந்தான்; அவர்களின் அழகிய தோற்றத்தைக் கண்டு வியந்தான். "என் மாலைக்கேற்ற கழுத்து இப்பொழுதுதான் கிடைத்தது" என்று பாராட்டினான்.

அங்கிருந்து அவ்வழியே சென்று கொண்டிருந்த கூனி ஒருத்தியைச் சந்தித்தனர். அவள் அரசனுக்குச் சந்தனம் அரைத்துத் தருபவள்; கண்ணன் அவளிடம் அன்புகலந்த குரலில், "என்ன எடுத்துச் செல்கிறாய்" என்று கேட்டான்.

"சந்தனம்; அரசனுக்கு" என்றாள்.

"வந்தனம் யாம்; சந்தனம் எங்களுக்குத் தர முடியுமா" என்று கேட்டான்.

"நான் கொடுத்து வைத்தவள்; அழகிய உம் மார்பிற்கு என் சந்தனம் பூச ஒரு வாய்ப்புக் கிடைத்தது; அதுவே பெரு மகிழ்ச்சி."

"சந்தனம் இன்றுதான் பெருமை பெற்றது" என்றாள்.

அவள் தந்த மணங்கமழும் சந்தனத்தை இருவரும் பூசிக்கொண்டனர்.

அவள் கூனை நிமிர்த்துக் காணக் கண்ணன் விரும்பினான்; தன் நடுவிரலும் அடுத்த விரலும் துணையாகக் கொண்டு அவள் முகவாய்க் கட்டையை நிமிர்த்தினான்; கால் பெருவிரலால்

அவள் காலை மிதித்தான்; கூன் நீங்க ஊன் உடம்பு பெற்றதன் பயனைக் கண்டாள்; அவள் கவர்ச்சி மிக்க வடிவம் பெற்றாள்.

தன் இல்லத்துக்கு வரும்படி கண்ணனை அழைத்தாள். கண்ணன் பலராமனைப் பார்த்துச் சிரித்தான். அந்தப் பாவை தன்மீது காதல் கொண்டதை அறிந்து இந்தச் சிரிப்பு அவனுக்குத் தோன்றியது.

"பிறகு நிதானமாய் வருகிறேன்; அரசனைப் போய்ப் பார்க்க வேண்டும்" என்று கூறிவிட்டு அந்த இடத்தை விட்டு நகர்ந்தான்.

சிவனுக்கு வழிபாடு நடத்தும் கோயில் தலமும், வில்லும் எங்கே இருக்கின்றன? என்று கேட்டு அறிந்தனர். அந்தப் பெரிய வில்லை எடுத்துக் கண்ணன் நாண் ஏற்றினான். அது முறிந்துவிட்டது. அது எழுப்பிய பேரொலி நகர் எங்கும் கேட்டது. கண்ணன் வந்துவிட்டான் என்பதைக் கம்சன் அறிந்தான்; மற்போர் வீரர்கள் சாணுரன் முட்டிகன் இருவரையும் விளித்துக் கண்ணன் பலராமன் ஆகிய இருவரையும் தவறாமல் கொன்று முடிக்க வேண்டும் என்று கேட்டுக் கொண்டான். பரிசு தருவதாய்ப் பகர்ந்தான்.

மற்போரைக் காண ஊர் மக்கள் திரண்டனர். அரசு அவையின் வாயிலில் நுழையும்போது பாகர்கள் மதம் பிடித்த குவலயானந்தம் என்ற யானையை ஏவி விட்டனர். சிங்கம் போல் இருவரும் சீறிப் பாய்ந்தனர். பலராமன் அதன் கொம்புகளில் ஒன்றை முறித்தான். கண்ணன் மற்றொன்றைப் பிடுங்கி அதைக் கொண்டே அதைக் குத்தி ரணகாயம் ஆக்கிக் கதற வைத்துக் கீழே சாய்த்தான். அதன் குருதி அவர்கள் அணிந்த ஆடைகளை நிறம் மாற்றியது.

பின் மற்போர் நடக்கும் மேடைக்கு வந்தனர். சாணுரன் கண்ணனோடு மற்போர் செய்தான். கூடி இருந்தவர் அனைவரும் "இது கொடியது; வயது குறைந்த இளைஞர்களை மோத விட்டது மாபெரும் தவறு" என்று பேசினர்; மன்னனை ஏசினர். முடிவில் சாணுரன் பிணமாய்

விழுந்தான். முட்டிகனோடு பலராமன் போர் செய்தான்; அவனைத் தீர்த்துமுடித்தான். மற்றும் வேறு இரு மல்லர்களையும் பலராமனே போர் செய்து உயிர் போக்கினான்.

இயமன் இந்த இளைஞர் வடிவில் தன்னை நோக்கி வருவதைக் கம்சன் பார்த்தான்; வாளை உறையினின்று எடுத்து இச்சிறுவர்களை ஒழித்துவிட்டு வசுதேவனையும், தேவகியையும், தன் தந்தை உக்கிரசேனனையும் ஒரு சேரத் தன் வாளுக்கு இரையாக்கத் தீர்மானித்தான். அவன் செயல்படும் வரை விட்டுவைக்கவில்லை. அவன் மார்பில் பாய்ந்து வயிற்றில் நெருப்பைப் போன்று இருந்த தம் கை முட்டியால் அவனை இருவரும் மாறிமாறிக் குத்திக் குருதி கக்க வைத்து இறுதியைத் தேடித் தந்தனர்.

கம்சனின் உடன்பிறந்த தம்பியர் எட்டுபேர்; அவர்கள் ஆற்றொணாத்துயர் அடைந்து அவலித்தனர். அவனுடைய மனைவியர் இருவர் அழுத அழுகைக்கு ஆறுதல் சொல்லச் சொற்கள் கிடைக்கவில்லை. மற்றவர்களுக்கு அவன் கொடியவனாய் இருந்தபோதிலும் மனைவியர்க்கு அன்புடையவனாகவே இருந்தான். மங்கலக் கோலம் இழப்பதற்கு அவர்கள் மிகவும் உயங்கினர்.

அவர்கள் இருவரும் மகத தேசத்து அரசனான சராசந்தனின் மகளிர்; ஒருத்தியின் பெயர் அஸ்தி, மற்றொருத்தியின் பெயர் பிராப்தி; இருவரும் விதவையாகி வந்த நிலையை அவர்கள் தந்தையால் பொறுத்துக் கொள்ள இயலவில்லை. கண்ணனையும், மதுராவில் இருக்கும் யதுகுலத்தவர் அனைவரையும் வேரோடு அழித்து விடுவது என்று அவன் உறுதி கொண்டான்.

தாய் தந்தையரை வணங்குதல்

கண்ணன் இயன்றவரை கம்சனின் உறவினர்களுக்கு ஆறுதல்

கூறிவிட்டுத் தன் தாய் தந்தையரைக் காணச் சென்றான்; அவர்கள் உடனே விடுதலை செய்யப்பட்டனர். உக்கிரசேனனும் சிறையிலிருந்து விடுவிக்கப்பட்டான்; தன் பாட்டனை அரசனாக்கிவிட்டுத் தம் பெற்றோரைச் சந்தித்து அவர்களை வணங்கி ஆறுதல் கூறினான்; கண்ணன் தமக்கு மகனாயினும் தம்முடைய மகன் என்ற உரிமை கொள்ளவில்லை. அவன் தெய்வத்தன்மை நிறைந்தவன் என்பதால் அவனிடம் பக்தியும் மதிப்பும் வைத்துச் சற்று ஒதுங்கியே பழகினர்.

குருவுக்கு அவன் மகனை மீட்டுத் தருதல்

ஆய கலைகள் அறுபத்து நான்கினையும் நாள்கள் ஆறுபத்து நான்கில் கண்ணனும், பலராமனும் கற்றுத் தேர்ந்தனர். கண்ணன் சகலகலாவல்லவன் என்று பாராட்டப்பட்டான்.

சாந்தீபன் என்ற அந்தண ஆசிரியர் ஒருவரிடம் வேதங்களைப் பயின்றான்; சாத்திரங்கள் பல கற்றான்; அவர் முன்னிலையில் உபநயனமும் நடந்து முடிந்தது. அவ்வாசிரியருக்குக் கண்ணனின் அதீதநிலை தெரிந்தது; கண்ணன் இறைவனின் பிறவி என்பதை அறிந்தார்; இறந்த தம் மகனை உயிரோடு மீட்டுத் தருமாறு குரு காணிக்கையாகக் கேட்டார்.

கண்ணன் மறுப்புச் சொல்லவில்லை. அவனைக் கடலில் இழுத்துச் சென்றவன் பாஞ்சசநன் என்ற அசுரன்; அவன் கடலைத் தன் இருப்பிடமாகக் கொண்டிருந்தான்; சங்கின் வடிவம் தாங்கி இருந்தான். கடலுள் மூழ்கி அவ்வசுரனை விசாரித்தான்; செத்தவன் யம பட்டணத்தில் இருப்பது தெரிந்து; அங்குச் சென்று யமனை இறந்தவனைப் பழைய வடிவில் தரும்படி கேட்க, அவனும் அவன் உடலையும், உயிரையும் இணைத்து உயிர் தந்து உருவாக்கிக் கண்ணனிடம் ஒப்புவித்தான். பன்னிரண்டு வருஷங்களுக்கு முன் காணாமற்போன அவனை மீட்டுத் தந்து தன் குருவிடம் சேர்ப்பித்தான்.

அந்த அசுரனாகிய சங்கினைத் தான் ஏற்றுக் கொண்டு அதைத் தான் முழங்கு கருவியாகப் பயன்படுத்தினான். அதற்குப் 'பாஞ்சசன்யம்' என்னும் பெயர் வழங்கியது. அதை முழங்கினால் எதிரிகள் நடுநடுங்கி ஓடுவர். அத்தகைய முழக்கம் அவன் கைக்கு வந்து சேர்ந்தது.

துவாரகை சேர்தல்

மகத தேசத்து அரசனாகிய சராசந்தன் கம்சனின் நெருங்கிய நண்பன். அவனைக் கொன்ற கண்ணனைப் பழிவாங்குவது என்று படை திரட்டி வந்தான். உக்கிர சேனனிடம் அவனை எதிர்க்கத் தக்க சேனைகள் இல்லாமல் போய்விட்டன. கண்ணனுடன் வந்த யாதவ வீரர்களும் மிகச் சிலரே. அந்தப் படைகளின் தாக்குதலுக்குக் கண்ணன் வசம் இருக்கும் படைகள் முன் நிற்க இயலவில்லை. கண்ணனும் பலராமனுமாக இருவருமே நின்று எதிர்க்க வேண்டி இருந்தது. தன் தெய்வசத்தியைப் பயன்படுத்துவதைத் தவிர வேறு வழி தெரியவில்லை. ஆகாசத்திலிருந்து கண்ணனின் திருக்கரங்களுக்குச் சாரங்கம் என்னும் வில்லும், அக்ஷய துணீரமாகிய அம்பறாத்தூணியும், கவுமோதகி என்கிற கதாயுதமும் வந்து சேர்ந்தன. அவ்வாறே பலராமனுக்கும் கலப்பையும் உலக்கையும் வந்து சேர்ந்தன.

அவன் அறுபத்துமூன்று அக்குரோணி அளவுள்ள சேனைகளோடு வந்து எதிர்த்தான். அத்தனை படைகளையும் கண்ணனும், பலராமனும் தம் தெய்வ சக்தியால் கொன்று குவித்து அவனை விரட்டி அடித்தனர். அப்பொழுதும் அவன் அடங்கவில்லை; மீண்டும் மீண்டும் சேனைகளைத் திரட்டிக் கொண்டு வந்து மோதிக் கொண்டே இருந்தான். இவ்வாறு அவன் பதினேழு முறை படை எடுத்தான். ஊர் மக்கள் இந்தப் போர்களினால் உயிர் இழப்பும், அழிவும் எய்தி அமைதியற்ற வாழ்க்கையை மேற்கொள்ள வேண்டியது ஆயிற்று.

எப்பொழுது சராசந்தன் படைகளோடு வருவானோ என்று அஞ்சி வாழ வேண்டியது ஆயிற்று.

அதே சமயத்தில் தெற்கே இருந்து மற்றோர் பகைமை உண்டாயிற்று. காலயவனன் என்னும் யவன தேசத்து அரசன், கண்ணனின் வீரத்தையும் தோள் வலிமையையும் மதுரா நகரின் செல்வ வளத்தையும் கேள்விப்பட்டுப் படையெடுக்க முயன்றான்.

இதற்கு ஒரு பின்னணி காரணம் ஆகியது.

யாதவ புரோகிதனான கார்க்கியர் என்னும் பிராமணரை அவருடைய மைத்துனன் ஒருவன் பலபேர் கூடியிருந்த சபையில் மனம் புண்படும்படி பேசிவிட்டான். அவருக்குக் குழந்தைகள் இல்லை என்பதைச் சுட்டிக் காட்டி அவர் ஒரு நபும்சகர் (பேடி) என்று இகழ்ந்து பேசி விட்டான். அதை அவரால் பொறுத்துக் கொள்ள முடிய வில்லை. விந்திய பருவத்தின் தெற்கே இருந்து வந்த யாதவ குலத்தினரை எதிர்த்துப் பகைமை கொள்ளக்கூடிய வீரன் ஒருவன் தனக்கு மகனாகப் பிறக்க வேண்டும் என்று மகாதேவனாகிய சிவனிடம் வேண்டினார்; அதற்காக இரும்பைப் பொடி செய்து அதைத் தின்று கொண்டு வலுப்பெற்று வந்தார். சிவனிடம் தனக்கு மகன் வேண்டும் என்று வரம் கேட்டுப் பெற்றார்.

அதே சமயத்தில் யவன தேசத்து அரசனான ஒருவன், தனக்கு மகன் இல்லையே என்று வருந்தியவனாய் இவரைத் தன் தேசத்துக்கு அழைத்து வந்து, தன் மனைவியோடு அவரைக் கூடியிருக்கும்படி செய்து ஒருமகனைப் பெற்றுக் கொண்டான், பிறந்தவன் வண்டு போன்ற நிறத்தினை உடையவனாய் இருந்தான்; மலை போன்ற தோள்களும், அகன்ற மார்பும், திண்ணிய உடலும், நெஞ்சு உரமும் பெற்றுப் பகைவர் அஞ்சும் தோற்றத்தைக் கொண்டிருந்தான். அவனுக்குக் காலயவனன் என்று பெயர் வழங்கினர். அந்நாட்டு அரசன் முதியவன். தவம் செய்யக் காட்டுக்குச்

சென்றுவிட்டான். மகன் தக்க வயது வந்ததும் பட்டம் சூட்டிக்கொண்டு பாரினை ஆளத் தொடங்கினான். தினவு மிக்க அவன் தோள்களுக்கு மோதும் பகைவர்கள் தேவைப்பட்டனர். அற்ப வலிவு கொண்டவர்களோடு சொற்பமான சிறிய போர் விளைவிக்க அவன் விரும்பவில்லை. கண்ணன் சராசந்தனைப் பதினேழு முறை முறியடித்தான் என்று கேள்விப்பட்டதும் இவனே மகாவீரன்; இவனைத் தாக்குவதே தன் வீரத்திற்கு அழகு என்று மதுராவைத் தெற்கில் இருந்து வந்து தாக்க முற்பட்டான்.

இத்தகையவர்களோடு எல்லாம் மோதிக் கொண்டு தேவையில்லாமல் போர்கள் செய்து, கண்ணன் அலுத்து விட்டான். மதுரா நகரம் தக்க மதில்களும், அகழிகளும் பெறாமல் அரண்கள் இல்லாமல் இருந்தன. நாடு என்றால் அதற்குத் தக்க அரண் இருக்கவேண்டும் என்ற தேவையை உணர்ந்தான். அதற்குத் தக்க இடத்தைத் தானே தேடிக் கொண்டான். கடலை அடுத்துக் கடல் வேந்தனிடம் இடம் கேட்டுப் பன்னிரண்டு யோசனை சதுர மைல்கள் கொண்ட பகுதியினை வளைத்துக் கொண்டான். அதன் மூன்று பகுதியும் கடலால் சூழப்பட்டிருந்தன. ஒரு பக்கம் மட்டும் கற்களும், மலைகளும் பொருந்திய நிலப்பரப்பு இருந்தது.

கடல்நீர் உள்ளே புகாதபடி தக்க மதில்கள் எழுப்பி அந்நகரத்தைப் பாதுகாப்பு மிக்கதாய் ஆக்கிக் கொண்டான்; நிலப்பகுதி நோக்கிய இடத்தில் கோட்டைகளும், மதில்களும், தக்க வாயில்களும் அமைத்தான்.

மதுரா நகரத்துக் குடிமக்களையும், தம் பெற்றோர்களையும், உக்கிரசேன மகாராசனையும், மற்றும் உள்ள படைகளையும் துவாரகையில் கொண்டு சேர்த்துவிட்டு, மதுரா நகருக்கு மறுபடியும் ஒருமுறை சென்று மற்றும் யாராவது இருக்கிறார்களா என்று பார்க்கச் சென்றான்.

கண்ணன் வந்திருப்பதை அறிந்து காலயவனன் கடுக அவனைப் பின் தொடர்ந்தான். கண்ணன் அவனுக்கு

அகப்படாமல் ஓடி ஒரு மலைக்குகைக்குள் ஒளிவது போலப் புகுந்து கொண்டான். இருட்டில் கண்ணன் இருப்பதை அவனால் அறிய முடியவில்லை.

அங்கே முசுகுந்தன் என்ற இளைஞன் நன்றாய் உறங்கிக் கொண்டிருந்தான். அவன்தான் கண்ணன் என்று நினைத்து அவனை உறக்கத்திலிருந்து தட்டி எழுப்ப, அவன் சினந்து இவனைப் பார்த்தான். இவன் உடனே எரிந்து சாம்பலாகி விட்டான்.

இந்த முசுகுந்தன் என்பவன் தேவ அசுரர் யுத்தத்தில் பலமுறை தேவர்களுக்கு உதவியாய் இருந்து உதவி செய்ததால், தேவர்கள் அவனைப் பாராட்டி, "உனக்கு என்ன வரம் வேண்டும்?" என்று கேட்டனர்.

"பிறவி நீங்கி மோட்சம் அடைய வேண்டும்" என்று கூறினான்.

"அதற்கு இறைவன்தான் வந்து உதவ வேண்டும்; எங்களால் இயலாது" என்று கூறினார்கள்.

"நான் நிம்மதியாக உறங்க வேண்டும்; யாரும் என்னை எழுப்பக் கூடாது; எழுப்பினால், எழுப்பியவர் எரிந்து சாம்பலாக வேண்டும்" என்று தான் அலுத்து விட்ட நிலையில் தன் சோர்வு முழுவதும் நீக்குதற்காகக் கேட்டான்.

"அவ்வாறே ஆகுக"! என்று வரம் தந்தனர்.

காலயவனன் இறந்த பின்பு கண்ணன் முசுகுந்தன் முன்பு தோன்றினான்; தான் யார் என்பதை அவனிடம் கூறினான். முசுகுந்தன் கண்ணன் திருமால் என்பதை அறிந்து அவனிடம் அடைக்கலம் அடைந்தான். துறக்க வாழ்வை அடைய வழி தேடினான். "நீ இப்பொழுது தவம் செய்து. நீ செய்துள்ள பல கொலைகளின் பாவங்களைப் போக்கிக் கொள்வாய்; அடுத்த பிறவியில் உத்தமனாக வாழ்வாய்; பாவம் எதுவும் அணுகாது. அதனால் நீ அந்தப் பிறப்பில் மோட்சத்தை அடைவாய்" என்று கூறினான்.

கண்ணன் கூறிய வார்த்தையைக் கேட்டுக் குகையை விட்டு வெளியே வந்து நாராயணன் எழுந்தருளியுள்ள கந்தமாதன பருவதத்துக்குச் சென்று தவம் செய்யத் தொடங்கினான்.

பலதேவன் கோகுலம் போதல்

போர் எதுவும் தொடரவில்லை; பலதேவனுக்குப் பழைய உறவினர்களையும், நண்பர்களையும் பார்க்க வேண்டும் என்று தோன்றியது. கண்ணனிடம் சொல்லிவிட்டு அவன் மட்டும் பிருந்தாவனமாகிய ஆயர்பாடியை அடைந்தான்.

சிறுவர்கள் எல்லாம் தக்க வயது உடைய வாலிபர் களாகிவிட்டனர். சிறுமியர் பெருமை உடையவர் ஆயினர்.

அவர்களிடம் மிகவும் மரியாதை காட்டி நன்மை வரவுகளை விசாரித்து அவர்கள் மனம் குளிரச் செய்தான்; பெரியவர்களையும், தன் இனத்து இளயவர்களையும் தழுவிக் கொண்டு அன்பு காட்டினான். சிறியவர்களோடு சிரித்துப் பேசினான்; கோபியர்களும் மிக அன்புடன் அவனிடம் நெருங்கிப் பழகினர்.

கோபியர் மட்டும் சற்றுக் கோபம் உடையவர் போல் நடந்து கொண்டனர். "நகரத்து நாரிமணிகளைக் கண்டு பழகியபின் ஆயர்சேரியர் அலுத்துவிட்டு இருக்கும்" என்று உரையாடினர் சிலர்.

"சிரித்துப் பேசி எங்கள் நலனைக் கொள்ளை கொண்ட கண்ணன் சுகமா?" என்று கேட்டனர் சிலர்.

சில பெண்கள் கையில் வளையல்கள் இல்லை; "எங்கே வளையல்கள்?" என்று கேட்டதற்கு "அவனைப் பிரிந்து மெலிந்து விட்டோம்; அதனால் வளையல்கள் நெகிழ்ந்தன" என்றார்கள்.

நிறம் வெளுத்து ஒருத்தி காணப்பட்டாள். காரணம் என்ன? என்று கேட்டதற்குப் "பசலை பாய்ந்து விளர்த்து விட்டது" என்று விளக்கம் தந்தனர் சிலர்.

"இராதை எங்கே?" என்று கேட்டான். "கண்ணனை நினைத்துக்கொண்டு சித்தம் கலங்கிப் பித்தம் பிடித்து அவள் வேதனைப்படுகிறாள்" என்றனர் சிலர்.

"பட்டிக்காட்டுப் பெண்கள் என்று சொல்லி எங்களை நகரத்துப் பெண்களிடம் நகையாடிச் சிரிக்கின்றானா கண்ணன்?" என்று கேட்டனர் சிலர். மேலும் பலர் பலவிதமாகக் கேட்கத் தொடங்கினர்.

"எங்களோடு அவன் சேர்ந்து பாடிய அந்த இனிய நாட்களை என்றைக்காவது நினைத்துப் பார்த்துக் கொள்கிறானா".

"நாங்கள் இல்லாமல் அவனுக்கு எப்படிப் பொழுது போகிறதோ தெரியவில்லை; அங்கேயும் அவனுக்கு அழகிகள் சிலர் கிடைக்காமலா போவார்கள்?"

"நாம் படும் துன்பம் அவனுக்கு எப்படித் தெரியப் போகிறது? அவனில்லாமல் இங்கே பொழுதே போகவில்லை என்பதை யார் எடுத்துச் சொல்லப் போகிறார்கள்?".

"அப்பா, அம்மா, கூடப்பிறந்த சுற்றம், பந்துக்கள், நண்பர்கள் இவர்களை எல்லாம் விட்டுப் பிரிந்தவனின் நெஞ்சு கல்லாகத்தான் இருக்க வேண்டும். அவன் எங்களைப் பற்றி ஏன் நினைக்கப் போகிறான்?"

"கடல் அலைகளில் அவன் காற்று வாங்கிக் கொண்டு இருக்கலாம்; அது அவன் பிறவிக்குணம்".

"இந்தக் கோவர்த்தன மலையும், யமுனை நதியும் அவன் எங்குப் போனாலும் பார்க்க முடியாது; இதைப் போய் அவனிடம் சொல்".

"தயிர் கடையும் மத்தொலியும் கன்றின் கனைப்பும், பசுவின் குரலும், அதன் கழுத்தில் கட்டிய மணியொலியும் அவன் காசிக்குப் போனாலும் கேட்க முடியாது".

"எங்கள் வளையல் ஒலிகள் அவன் குழலிசைக்கு ஈடுகொடுத்தன. அந்தச் சின்ன ஒலிகளை அக்கன்னல் மொழியான் எங்கே கேட்கப் போகிறான்".

"மயில் இறகும், பூவும் இங்கே சூட்டிக்கொள்ள அவனுக்குக் கிடைத்தன. இன்று தலையில் பொன் முடி அணியலாம் அல்லது பாகை அணியலாம். அவை எல்லாம் இந்த மயிற்பீலிக்கு நிகர் ஆகுமோ".

"நாங்கள் இப்பொழுது பால் நிலவில் குரவைக் கூத்து ஆடுவதைவிட்டு விட்டோம்; யாரோடு நாங்கள் ஆட முடியும்; அவன் குழலோசை எங்கள் காதில் இன்னும் ஒலித்துக்கொண்டே இருக்கிறது, அந்த நாதம் மீண்டும் நாங்கள் எங்கே கேட்கப் போகிறோம்"

"தேவ கன்னியர் எல்லாரும் கோகுலத்தில் பிறக்கத் தவம் செய்துகொண்டார்கள். பாவம்; அவர்கள் எல்லாம் கண்ணன் இந்த இடம் விட்டுப் போனதும் தவத்தைக் கைவிட்டு விட்டார்கள்."

"கன்றுகளை அவன் மேய்த்துக் காடுகளில் திரிந்தது குன்றில் இட்ட விளக்கைப் போல எம் நினைவுகளை விட்டு அகலவில்லை."

"பாம்பின்மீது அவன் ஆடிய நடம் எங்களை வியக்கச் செய்து விட்டது; அவன் அதன் பிடியில் அகப்பட்ட போது துடித்துவிட்டோம். இவையெல்லாம் அவனுக்கு எங்கே தெரியப்போகின்றன."

"மழை பொழிந்தபோது மாமலையையே அவன் குடையாகப் பிடித்தான் என்றால் எங்களுக்கு வரும் துயரைக் காப்பவன் அவன் அல்லாமல் வேறு யார் இருக்கிறார்கள்?"

என்றெல்லாம் புகழ்ந்தும், வருந்தியும் பல படியாகப் பேசினார்கள். பலராமன் அவர்களைச் சமாதானப்படுத்தினான்.

"கண்ணன் கடமையின் காரணமாக அங்குப் போய் இருக்கிறான்; அவனுக்கு நிறைய கடமைகள் காத்துக் கிடக்கின்றன; காலத்துக்கும் அவன் இங்கே சங்கீதம் பாடிக் கொண்டிருக்கவா முடியும்? அசுரர்கள் எங்கும் அநியாயங்களை அடுக்கடுக்காகச் செய்து வருகிறார்கள். தட்டிக்கேட்க ஆள் இல்லாமையால் இந்நிலத்தையே நடுங்க வைக்கிறார்கள். வீரன் ஒருவனுக்கு நாட்டைக் காப்பதும், நன்மை செய்வதும் கடமை அல்லவா? அதனால்தான் அவன் அங்கு இருக்கிறான்."

"உங்களைப்பற்றிப் பேசாத நாளே இல்லை; உறக்கத்தில் கூட "இராதை" என்ற பெயரைச் சொல்லிக் கொண்டுதான் இருக்கிறான்; பக்தர்கள் இறைவன் திருநாமங்களைச் சொல்வது போல அவன் உங்கள் பெயர்களைத்தான் சொல்லிக் கொண்டிருக்கிறான். நொண்டிக் கன்றுக்குட்டி ஒன்று இருந்ததே அது எப்படி இருக்கிறது; என்று விசாரித்துவரச் சொன்னான்" என்று கண்ணன் அவர்களைப் பற்றிக் கொண்டிருந்த அக்கரையை எடுத்துக் கூறினான்.

இராதை கோகுலத்திலேயே தங்கி விட்டாள்; அவள் கனவுகள் மீராபாய்ப் பாடலிலும்; ஆண்டாள் மொழியிலும் இன்றும் நிலைத்துவிட்டன. அவளைப் பற்றி மீண்டும் பேசப்படவே இல்லை; கண்ணன் நினைவிலேயே அவள் வாழ்ந்து முடித்தாள். நகருக்குச் சென்றதும் அவளை முற்றிலும் மறந்து விட்டான்; அவளை மணக்கவே இல்லை.

விசாரணைகள் முடிந்ததும் பிறகு கலகலப்பாகப் பழக ஆரம்பித்தனர். தொடர்ந்து இரண்டு திங்கள் அங்குத் தங்கி அவர்களோடு ஒன்றி வாழ்ந்தான். பிருந்தாவனத்தில் ஆடியும் பாடியும் மகிழ்ச்சியோடு காலம் கடத்தினான்.

தெய்வ உலகத்தில் இவன் ஆதிசேடனாய் இருந்ததால் இவன் நண்பன் வருணன் தன்மகள் வாருணி தேவியை அழைத்து, "நீ சேடனுக்கு மிகவும் பிரியமானவள்; ஆதலால், நீ அவன் இருக்குமிடத்திற்குச் சென்று அவனுக்கு இன்பம் சேர்ப்பாயாக" என்று கூறினான்.

அவள் மதுவடிவில் வந்து அவனுக்குப் பருகத் தன்னைத் தந்தாள். பிருந்தாவனத்தில் ஒரு கடப்ப மரத்தின் பொந்தில் இம் மது அவனுக்குக் குடிக்கக் கிடைத்தது. மதுவின் வாசனை அக்கடம்ப மரத்தில் வருவதைக் கண்டு குடிக்க வேண்டும் என்ற வேட்கை மீதூர்ந்ததால் அங்கே அதனை வேண்டிய அளவு வாரிக் குடித்தான். தன்னோடு இருந்த கோபாலர்களுக்கும், கோபியர்களுக்கும் பகிர்ந்து அளித்தான். குடி மயக்கத்தில் மயங்கிக் கிடந்தான்.

குடித்ததால் மதம்மிக்கு வியர்வை நீர் முத்துமுத்தாய் அரும்ப, அருகில் ஓடிக் கொண்டிருந்த யமுனை நதியை நோக்கி, "யமுனை நதியே! நீ இங்கே வா; நீராட வேண்டும்" என்று அழைக்க, "இவன் குடி மயக்கத்தில் பிதற்றுகிறான்" என்று கருதி இவன் ஆணையை நதி மதிக்கவில்லை.

பலராமனுக்கு அதனால் கோபம் வந்தது. தன் கலப்பையைக் கொண்டு அதனைத் தன்பக்கம் இழுத்தான். அதன் ஓட்டம் தடைப்பட்டது; அவன் இழுத்த இடத்திற்கு வந்து சேர்ந்தது. தன்னை விடுவிக்கும்படி நதி வேண்டிக் கொண்டது. "நினைத்தால் உன்னைச் சுக்கு நூறாகச் சிதைத்து விடுவேன்" என்று அச்சுறுத்தி அதட்டினான். அந்த மகாநதி பிருந்தாவனத்தில் இருந்த நிலமும் வனமும் பாய்ந்து வளப்படுத்தியது. பின் அதனைப் பழைய போக்கில் செல்லப் பலராமன் அனுமதித்தான்.

அந்த யமுனை நீர் தன்னருகில் வந்ததும் அதில் அவன் நீராடினான். அவன் மேனி புத்தொளி பெற்றது. அவனுக்குத் திருமுடியில் அணியத்தக்க ஒரு தாமரைப் பூவும், காதில் அணியத்தக்க குண்டலங்களும் திருமகள் கொண்டுவந்து

தந்தாள்; வருணனும் ஒரு தாமரை மாலையும், இரண்டு மேலாடைகளும் கொண்டுவந்து தந்தான். அவற்றை இடையிலும், தோளிலும் அணிந்து கொண்டான். இந்தப் புதிய ஆடைகளிலும், அணிகலன்களிலும் அவன் அழகிய தோற்றத்தோடு விளங்கினான்; கோபியரோடு கூடிக் குரவைக் கூத்து நிகழ்த்தியும் ஆடல் பாடல்கள் நிகழ்த்தியும் இரண்டு மாதம் இன்பமாய்ப் பொழுது கழித்தான்.

பின்பு நிதானமாகத் துவாரகாபுரிக்குத் திரும்பினான்; ரைவதன் என்ற அரசன் புதல்வியாகிய ரேவதி என்பாளை மணந்துகொண்டான். அவனுக்கு நிசிதன் என்றும், உன்முகன் என்றும் இரண்டு புதல்வர்கள் பிறந்தார்கள். கண்ணியமான போக்கும் சான்றாண்மையும் உடையவனாக நடந்து கொண்டதால் அவனை அனைவரும் மதித்தனர். கண்ணனும் அண்ணனை எப்பொழுதும் எதிர்க்காமல் மனம் கோணாமல் இயன்றவரை நடந்து கொண்டான். பலராமன் கண்ணனுக்கு எல்லாவகையிலும் துணையாக நின்று உதவினான்.

உருக்குமணி திருமணம்

கண்ணன் புகழ் காற்றில் செல்லும் கீதமாக நாற்றிசையிலும் பரவியது. நகரத்து அரசர்களின் மகளிர் அவன் மீது விருப்புற்று அவனை மணப்பதற்கு விழைந்தனர். அவர்களுள் ஒருத்தி உருக்குமணி ஆவாள்; அவள் மகளிருள் மாமணி; உண்மையைச் சொல்லப் போனால் கண்ணனை மகாவிஷ்ணு என்றால், அவள் தாமரைச் செல்வியாகிய திருமகளே ஆவாள்; இவனை மணப்பதற்காகவே மன்னன் மகளாகத் திருமகள் பிறந்து வளர்ந்தாள் என்று கூறலாம்.

விதர்ப்ப தேசத்தில் குண்டினபுரி என்னும் நகரில் பீஷ்மகன் என்பவன் அரசனாய் இருந்தான். அவனுக்கு உருக்குமி என்ற மகன் ஒருவனும், உருக்குமணி என்ற மகள் ஒருத்தியும் இருந்தனர். உருக்குமிக்குத் தம்பியர் சிலரும் இருந்தனர். அவர்கள் மிகவும் அடக்கமாக வாழ்ந்து கொண்டிருந்தனர்.

உருக்குமியே மூத்தவன்; அவன் இட்டதுதான் சட்டமாய் இருந்தது.

உருக்குமணியின் பேரழகைச் சாதுக்கள் பலர் வந்து கண்ணனுக்கு உரைத்தனர். அவ்வாறே அவளிடம் சென்று இவன் பெருமையை உரைத்தனர். உருக்குமணியின் பெயரைக் கேட்டதும் கண்ணனுக்குப் பழகிய பெயராக இருந்தது; ஒரே கதைக் கருவைப் புதுப்புது வடிவில் காண்பதாய் அவனுக்குத் தெரிந்தது.

பழைய கள்ளே போதை தருவதாகும் என்பது அவனது அனுபவமாய் இருந்தது. வேலை வெட்டி இல்லாமல் வேட்டியை மாற்றி மாற்றிக் கட்டிக்கொண்டு வீட்டில் காலம் தள்ளிய நேரம் அது. சராசந்தனோ அவனைச் சார்ந்த நண்பர்களோ அவன் கதவைத் தட்ட வில்லை. அதனால், அவள் நினைவுகள் அவனைத் தட்டி எழுப்பிக் கொண்டு இருந்தன.

சிசுபாலன் சராசந்தனின் நண்பன்; கண்ணன் அவளை மணக்கக் கூடாது என்பதற்காக அவன் ஒருபடி இறங்கிக் கீழே வந்தான். அவனுக்கு அவள் ஏற்ற மனைவி ஆக முடியாது; அவள் பத்தாம்பசலி என்பது அவனுக்குத் தெரியும். இருந்தாலும் அவள்மீது கண்ணனின் கை படக் கூடாது என்பதில் கருத்தைச் செலுத்தினான் அவன். தான் ஓர் அரசன் மகன் என்பதில் அகம்பாவம் காட்டினான். அரசர் குடியில் பிறந்த உருக்குமணி இடையன் ஒருவனை மணந்தால் மன்னர் குலமே மாசுபட்டுவிடும் என்பது அவன் போக்காய் இருந்தது.

கண்ணனின் சாதனைகள் பலவும் அவன் லீலைகள் என்று பாரினில் எங்கும் பேசத் தொடங்கினர்; கலைஞர் நாட்டியங்களிலும் நாடகங்களிலும் அவன் சாதனைகளை நடித்துக் காட்டினர்; பாடல்களும் அவன் பெருமையைச் சொல்வனவாய் எழுந்தன.

குழந்தைகளைக் குளிப்பாட்டிச் சீராய் உடை உடுத்தும் போதெல்லாம் கண்ணனைப் போலக் கொண்டையும் பீலியும்

போட்டு அழகு பார்த்தனர். கண்ணன் புகழ் பேசும் இயக்கம் ஒன்று எங்கும் பரவிக் கிடந்தது. கோபியர் கண்ணனொடு ஆடும் கோலாகல ஆடல்களை மற்ற இளைஞர்களும் ஆடத் தொடங்கினர். குடிப்பிறப்பில் தாழ்ந்த ஒருவன் உயர்பதவிகள் வகிக்கக் கூடாது. அதற்கு இந்த மண உறவு உதவி செய்யும் என்பதால் தடை செய்ய முற்பட்டான். அதற்காகவே அவன் அவளை மணக்க முன் வந்தான்.

உருக்குமணியின் தந்தை பீஷ்மகனுக்குத் தன் மகளை சிசுபாலனுக்குக் கொடுக்க மனம் இல்லை. அவன் வசதி மிக்கவன்; அரசன் மகன்; பராக்கிரம் உள்ளவன்; தன் நண்பன் என்றெல்லாம் உருக்குமி அவனிடம் சொல்லி வற்புறுத்தினான். குடும்பத்துக்கு மூத்த பிள்ளை; முரடனும் கூட; அவன் பேச்சைத் தள்ள முடியவில்லை. உருக்குமணி அறிவு நிரம்பியவள்; பாரம்பரியம் உடையவள்; அதனால், அவசரப்படவில்லை; காதல் நெறியை மகளிர் பள்ளியில் பயின்றவள்; உடன் போக்கு என்னும் துறையைப்பற்றி அறிந்தவள்; பெற்றோர் எதிர்ப்பு வரும் என்று தெரிந்ததால் மற்று ஒரு வார்த்தையும் பேசாமல் கருதிய காதலனோடு கடிமனை கடந்து செல்லுதல் காதலர் நெறி என்பதனை அறிந்தவள்.

படித்தவள்; அதனால், ஓலை எடுத்து அதனை எழுத்தால் நிரப்பினாள்; அதில் தன் காதல் முத்திரையைப் பதித்தாள்.

அவள் என்ன எழுதினாள் என்று முழுதும் படிக்க வில்லை. "அன்பே!" என்று தொடங்கிய சொல்லையும் "வரவும்" என்ற முடிவையும் மட்டும் படித்தான்; கண்ணன் உடனே சாரதியைக் கூப்பிட்டான்; "பூட்டுக தேர்" என்றான்."ஓட்டுக விதர்ப்ப நாட்டுக்கு" என்றான்.

மணநாளுக்கு முந்திய தினம்; அவள் துர்க்கை கோயிலுக்கு வழிபடச் செல்வதாகக் கூறி மணக்கோலத்தில் மஞ்சள் பூசி, மலர்மாலை எடுத்துக்கொண்டு அவனுக்காகக் காத்திருந்தாள்.

மாப்பிள்ளை சிசுபாலன், தன் நண்பர்களோடு அடுத்த நாள் எப்பொழுது வருவான் என்று காத்துக் கிடந்தனர். சராசந்தன் முதலிய நண்பர்களும் மாமன்னர் களும் முன்கூட்டி வந்திருந்தனர். சுயம்வரச் செய்தி வரும் என்று ஏனைய மன்னர்களும் காத்திருந்தனர்; அவள் அதை முன்கூட்டியே செய்து முடித்து விட்டாள் என்ற செய்தி எட்டியது. கண்ணன் தேரில் வந்து அழைத்துச் சென்று விட்டதாகச் செய்தி வந்தது. உடனே சிசுபாலனும், சராசந்தனும், அவன் நண்பர்களும் தத்தம் சேனைகளோடு பின் தொடர்ந்தனர்.

வெள்ளம் வரும் என்று தக்க அணை போட்டிருந்தான் கண்ணன்; பலராமனைச் சேனைகளோடு நிறுத்தி வைத்திருந்தான்; அவன் அவர்களைத் தடுத்து நிறுத்தி முறியடித்துத் திரும்பச் செய்தான். வண்டி புறப்பட்டு விட்டது. இனிப் பிடிக்க முடியாது என்று தயங்கி நின்று விடுவது போல அவர்கள் பின் தங்கி விட்டனர். ஆனால், உருக்குமி, அவள் அண்ணன் விடுவதாய் இல்லை; எப்படியும் எல்லை வரை தொடர்வது; துவாரகை வரையும் செல்வது; தன், தங்கையை அழைத்து வந்துவிடுவது என்று பின் தொடர்ந்தான். அஃது அவனுக்கு மானப் பிரச்சனையாய் இருந்தது.

கடுமையான போர்க்குப் பிறகு கண்ணன் அவனைத் தேர் இழுக்கச் செய்தான்; நிராயுத பாணியாக ஆக்கினான். அவனைக் கொல்ல வேண்டாமென்று அவன் தங்கை கேட்டுக் கொண்டாள். அவன் படைக்கருவிகள் இழந்து விட்டான். அவனைத் தொடுவது வீரத்துக்கு இழுக்கு என்பதைக் கண்ணனும் உணர்ந்தான். உருக்குமியும் செயலிழந்து தலைகுனிந்து நின்றுவிட்டான், இவன் தான் எடுத்த முயற்சியில் அவமானப்பட்டு விட்டான். அதை மற்றவர் அறியவேண்டும் என்பதற்காகத் தலையை மொட்டை அடித்து, மீசையை எடுத்துவிட்டு அவனைத் திருப்பி ஆளைமட்டும் அடையாளம் கெட அனுப்பி வைத்தான்.

துவாரகைக்குச் சென்ற பிறகு நாளும் நேரமும் சோதிடரைக் கொண்டு குறித்து மணவிழா நடத்தினான். இதுவே

கண்ணனின் முதல் திருமணமாய் இருந்தது. பலராமன் அழைப்புத் தர அவள் தந்தை பீஷ்மகன் மட்டும் திருமணத்துக்கு வந்திருந்தான். கண்ணனின் பெற்றோர்களும், நந்தரும், யசோதையும் மற்றும் உள்ள சுற்றத்தினரும் வந்திருந்தனர். உக்கிரசேனன் முன்னிலையில் இத் திருமணத்தை நடத்தி முடித்தான்.

உருக்குமணிக்கும் கண்ணனுக்கும் மகன் பிறந்தான். பிரத்தியும்னன் என்று பெயர் வைத்தனர். அவன் கண்ணனை உரித்து வைத்தது போலப் பேரழகையுடையவனாய் இருந்தான்.

சம்பராசுரன் வதம்

பிரத்தியும்னன் பிறந்த ஆறாம் நாளிலேயே சம்பரன் என்னும் அசுரன் "இவன் நம்மைக் கொல்லப் பிறந்தவன்" என்று நினைத்து அவனைக் கரு உயிர்த்த அறையில் இருந்து பிறந்த ஆறாம் நாளே தூக்கிக் கொண்டு போய்விட்டான். அவனைத் தன் கையால் கொல்ல மனம் இன்றி ‘லவண சமுத்திரம்’ என்ற கடற்பகுதியில் எறிந்துவிட்டான். அக்குழந்தையைக் கடலில் இருந்த ஒரு மீன் விழுங்கியது.

கண்ணனின் வீரியத்தினால் பிறந்ததால் அது மீன் வயிற்றில் செரிக்கப்படவில்லை. உயிரோடு இருந்தது. மீனவர் பல மீன்களோடு அந்த மீனையும் பிடித்துச் சென்று அதனைத் தம் அசரனான சம்பரனுக்குக் கொடுத்தனர்.

அந்த அசுரனுக்குப் பெயரளவில் பத்தினியாக மாயாவதி என்ற பேரழகி இருந்தாள். அவள் சமையற்காரருக்கெல்லாம் அதிபதியாக இருந்தாள். சம்பரன் அவளை மணம் செய்துகொண்டு இன்பம் அடைய விரும்பினான். அவள் தன் சாகசத்தால் அவனை மயக்கி வந்தாள். அவனுக்கு இசைபவளைப் போல நடித்து அவனை ஏமாற்றி வந்தாள்.

வீட்டுவேலை செய்துவரும் பணி அவளிடம் தரப் பட்டது. அந்த மீனை அறுக்கும்போது வயிற்றில் அழகான குழந்தை உயிரோடு இருந்தது. அது மன்மதனை நிகர்த்தது. "இந்த அழகிய குழந்தை எப்படி இங்கே இந்த மீன் வயிற்றுக்கு வந்தது?" என்று சிந்தித்துக்கொண்டு இருந்தாள். நாரத முனிவர் வந்து, "இந்தக் குழந்தை கண்ணனின் திருக்குழந்தை; சம்பரன் எடுத்துவந்து கடலில் போட்டு விட்டான்; இவன் சென்ற பிறவியில் மன்மதனாக இருந்தான். நீ அந்தப் பிறவியில் ரதியாக இருந்தாய்; நீ இவனை வளர்த்து உன் காதல் மணாளனாய் ஆக்கிக் கொள்" என்று சொல்லிவிட்டுப் போனார்.

அவனை எடுத்து அவள் அன்புடன் வளர்த்து வந்தாள்; அவன் பேரழகில் தன் மனத்தைப் பறி கொடுத்தாள். அவனுக்குத் தான் கற்றிருந்த மாய வித்தைகளை எல்லாம் கற்றுத் தந்தாள்.

அவனைத் தன் காதலனாகவே பார்த்து வந்தாள். பிரத்தியும்நனுக்கு ஐயம் தோன்றியது; "நீ தாய்போல் என்னை வளர்த்து வந்தாய்; நான் உனக்குச் சேய் ஆவேன்; என்னை நீ காமவேட்கை கொண்டு அணுகுகிறாயே! ஏன்?" என்று வினவினான்.

"நீ கண்ணனின் திருமகன்; ஆறாம் நாளிலேயே உன்னைச் சம்பரன் கொண்டுவந்து கடலில் போட்டு விட்டான்; மீன் ஒன்று உன்னை விழுங்கி விட்டது, அஃது இங்கே சேர்க்கப்பட்டது. நீ சென்ற பிறவியில் மன்மதன். நான் ரதி. இந்தச் செய்தியை நாரதர் சொல்ல நான் தெரிந்து கொண்டேன். நீயும் நானும் காதலர்கள். இந்தச் சம்பரன் வற்புறுத்தி என்னை அடைய இங்கே கொண்டு வந்துவிட்டான்; அவனை மயக்கிக் கொண்டு ஏமாற்றித் தப்பித்து வருகிறேன். நீ அவனை நான் கற்றுத் தந்த மாய வித்தைகளின் துணையால் போர் செய்து கொன்றுவிடு; நாம் இருவரும் இங்கிருந்து வெளியேறி விடலாம்" என்று கூறினாள்.

பிரத்தியும்னன் சம்பரனைப் போருக்கு அழைத்து, அவன் சேனைகளையும், அவனையும் தன் பேராற்றலாலும் மாய வித்தைகளாலும்; கொன்றான். பிறகு அவனை அழைத்துக்கொண்டு துவாரகை வந்து சேர்ந்தான்.

நேரே கண்ணனின் அரண்மனையில் வந்து இறங்கினான். கண்ணனே மற்றோர் வடிவில் வந்ததுபோல் அவன் அங்கிருந்தவர்க்குக் காணப்பட்டான். ருக்குமணி அவனைப் பார்த்ததும் "இவன் தன் மகனாகத்தான் இருக்க வேண்டு மென்று சாயலாலும், தன் உள்ளுணர்வாலும் தெரிந்து கொண்டாள்; அவனை வரவேற்றுச் சேர்த்துக் கொண்டாள். மருமகளையும் வரவேற்று ஏற்றுக் கொண்டாள்; இழந்த தனம் மீண்டும் கிடைத்தது போன்ற மகிழ்ச்சி உண்டாயிற்று.

உருக்குமியின் வதம்

உருக்குமணிப் பிராட்டிக்குப் பிரத்தியும்னனைத் தொடர்ந்து சாருதேஷ்ணன். சுரேஷ்ணன், சாருதேகன், சுதேணன், சாருகுப்தன், பத்திரசாரு, சாருவித்தன், சுசாரு, சாரு என்னும் ஒன்பது மகன்களும் சாருமதி என்னும் மகளும் உதித்தனர்.

காதலித்துக் கைப்பிடித்த மாயாவதியல்லாமல் தன் மாமன் உருக்குமியின் மகளையும் நேசித்தான்; அவளைச் சுயம் வரத்தில் காதலித்துத் திருமணம் செய்து கொண்டான். அதனால் இந்த இரண்டு குடும்பங்களுக்கும் நல்லுறவு ஏற்பட்டது.

அதனைத் தொடர்ந்து பிரத்தியும்னன் மகன் அநிருத்தன் என்பவனுக்கு உருக்குமியின் மகன் வயிற்றுப் பெயர்த்தியை மணம் முடித்தனர். அம்மணவிழாவுக்குப் பல தேசத்து மன்னர்களும், நெருங்கிய உறவினரும் போஜகம் என்னும் உருக்குமியின் நகருக்கு வந்திருந்தனர்.

பலராமனும் கண்ணனோடு வந்திருந்தான். உருக்குமியின் நெருங்கிய நண்பனான கலிங்க தேசத்து அரசன் தந்தவக்கிரனும் வந்திருந்தான்.

விழாவிற்கு வந்தவர்கள் விவாகம் முடிந்ததும் ஓய்வு எடுத்துக்கொண்டு கலகலப்பாகப் பேசிக் கொண்டிருந்தனர். கலிங்க அரசனான தந்தவக்கிரன் என்பவன் சும்மா இராமல் உருக்குமியைத் தூண்டிவிட்டான்.

"பலராமனுக்குச் சூது ஆடத் தெரியாது; நீ அவனை எளிதில் வென்று விடலாம்' என்று ஏளனமாய்ப் பேசினான்.

உருக்குமியும் அவனைச் சூதாடத் தெரியாது என்று கூறினான்; நெஞ்சில் உறுதி இருந்தால் தன்னுடன் தாயம் உருட்டி விளையாடலாம் என்று கூறினான். அவனும் அழைப்பை மானப் பிரச்சினையாய் எடுத்துக் கொண்டான் உருக்குமி பலராமன் இருவரும் தாயப் பலகையை வைத்துக் காயை உருட்டினர்.

முதல் ஆட்டத்தில் பலராமன் பந்தயமாய் வைத்த ஆயிரம் வராகனையும் உருக்குமி வெற்றி கொண்டான். அடுத்து மற்றோர் ஆயிரம் வராகனையும் பலராமன் இழந்தான்; தொடர்ந்து ஆடிய ஆட்டத்திலும் வராகனை அவன் வெற்றி கொண்டான். மும்முறையும் தோற்ற பிறகு அவன் அமைதியாய் இருந்து விட்டான். தோல்வியைக் கம்பீரமாக எடுத்துக் கொண்டான். அவனுக்கு அந்தப் பணம் பெரிதாகப்படவில்லை. அவனை வம்புக்கு இழுத்து அவமானப்பட வைக்க வேண்டும் என்ற நோக்கமே அவர்களுக்குப் பெரிதாய் இருந்தது. 'கேடுவரும் பின்னே மதிகெட்டு வரும் முன்னே" என்பதற்கு ஏற்ப அவன் நடந்து கொண்டான். பலராமன் பந்தயம் வைக்க அஞ்சுவதாய்க் குத்திக் காட்டினான்.

ஒருகோடி வராகன் பந்தயம் என்று சொல்லி ஆட்டத்திற்கு உருக்குமியை அழைத்தான். அவன் ஒன்றும் பேசாமல் ஆட்டத்தில் அமர்ந்தான்; காய் பலராமனுக்குப் பழத்தைத்

தந்தது; வெற்றி அவன் பக்கம் சாய்ந்தது. எதிரி தோல்வியை ஒப்புக்கொண்டு அந்தத் தொகையைக் கொடுத்திருக்க வேண்டும்.

வாக்கினால் வென்று விடலாம் என்று நினைத்துச் சட்டம் பேசினான். "ஆட உட்கார்ந்தது உண்மைதான்; ஆனால் ஒட்டிய தொகைக்கு யான் இசைவு தரவில்லை; அதனால், அந்தத் தொகை தரமுடியாது" என்று சாதித்தான்.

பலராமன் விடுவதாக இல்லை. பெரியவர்கள் சிலரை வைத்துப் பஞ்சாயத்துப் பேசிப் பார்த்தான். பலராமனே வெற்றி கொண்டதாயும், தொகைக்கு இசைந்து வாயால் சொல்லாவிட்டாலும் ஆட உட்கார்ந்து விட்டதால் ஒப்புக் கொண்டதாகவே முடியும் என்று அபிப்பிராயம் தெரிவித்தனர். அதுவே அசரீரியாய் அங்கே ஒலித்தது.

அதற்கு மேலும் ஒப்புக்கொள்ளாமல் எள்ளல் போக்கொடு சிரித்து அவனை ஏய்க்கத் தொடங்கினான்; மேலும், அவன் சினத்தைத் தூண்டிவிட்டான். பக்கத்தில் இருந்த தாயப்பலகை கொண்டே பலராமன் அவன் தலையில் தட்டி அவனைக் கொன்றுவிட்டான்; அவனைத் தூண்டி விட்டுச் சிரித்துக் கொண்டிருந்த தந்தவக்கிரனைப் பற்கள் உதிரும்படி தாக்கி, அவன் கர்வத்தை அழித்தான். உருக்குமியின் சார்பில் வந்து எதிர்த்த நண்பர்களை எல்லாம் பக்கத்தில் இருந்த தூண் ஒன்றனைக்கொண்டு அடித்து நொறுக்கினான்.

தம் மைத்துனனைப் பலராமன் கொன்றுவிட்டது குறித்துக் கண்ணன் ஏதும் பேசவில்லை; பாராட்டினாலும் ருக்குமணியின் முகம் கோணும் என்பதால் எதுவும் பேசாமல் கண்ணன் அடங்கிவிட்டான்.

சியாமந்தகமணியின் கதை

துவாரகைக்கு அருகே கடற்கரையைச் சார்ந்த ஒரு சிற்றூரில்

சத்திரஜித்து என்பவன் இருந்தான். அவன் கடற்கரையில் இருந்து கொண்டு மிக்க பத்தியோடு சூரியனை வழிபட்டுத் துதித்தான். அவனுடைய புகழ்ச்சிக்குச் சூரியன் மெச்சி அவனுக்கு எதிரே வந்து காட்சி அளித்தான். ஒளிவடிவமாக வந்த அந்தத் தெய்வ மகனை வணங்கினான். 'என்னிடம் நீ என்ன எதிர்பார்க்கிறாய்? என்ன வேண்டும்?" என்று அத்தெய்வ மகனாகிய சூரியன் கேட்டான்.

சூரியன் கழுத்தில் அணிந்து கொண்டிருந்த ஒளிமிக்க சியாமந்தகமணியைத் தனக்குத் தரும்படி கேட்டான். அச் சூரியனும் அந்த மணியை அவனிடம் தந்துவிட்டுத் தன் இடத்துக்குச் சென்றான்.

அந்த ஒளிமிக்க மணியைத் தன் மார்பில் பதக்கமாகத் தொங்கவிட்டுக் கொண்டான். கண்ணன் இருக்கும் துவாரகைக்குச் சென்று அவனைச் சந்தித்துத் தன் பெருமையைக் காட்டிக் கொள்ள விரும்பினான்.

அவனைக் கண்ட சாமானியர்கள் 'சூரியனே அவன்' எனத் தவறாகக் கருதிக்கொண்டு கண்ணனிடம் சென்று, "தங்களைக் காணச் சூரிய பகவான் வருகிறார்" என்று உரைத்தார்கள்.

வந்தவன் தமக்குப் பழக்கமான சத்திரஜித்து என்பதையும், அந்த மணியைச் சூரியன் அவனுக்குக் கொடுத்தான் என்பதையும் விளக்கினான் கண்ணன்; அவனைப் பார்த்து விட்டுத் திரும்பிச் சென்ற சத்திரஜித்து, அதைத் தன் மாளிகையில் வைத்துக் கொண்டான்.

அந்த மணி நாள் ஒன்றுக்கு எட்டுப்பாரம் அளவு பொன்னை உண்டாக்கித் தந்தது. மேலும், அந்த மணி இருக்கும் சுற்று வட்டாரத்தில் மக்களுக்கு நோய், மழையின்மை, பாம்பு, நெருப்பு முதலியவற்றால் தீமைகள் அணுகவில்லை. அதன் பெருமையைக் கண்ணன் சத்திரஜித்துக்கு உரைத்தான்.

"இது புதையல் போல் உமக்குக் கிடைத்துள்ளது; இது தனி மனிதனுக்கு உரியது அன்று; அரசனிடத்தில் சேர்த்து விடு;

அதுதான் குடிமக்கள் மேற்கொள்ள வேண்டிய கடமையும் தர்மமும் ஆகும்" என்று கண்ணனைச் சந்தித்த போது விளக்கினான். அவனுக்கு அதை அரசனிடம் ஒப்புவிக்க மனம் வரவில்லை; அதைத் தானே வைத்துக் கொள்ள விரும்பினான்.

அதே சமயத்தில் அதைக் கண்ணன் பார்த்துவிட்ட தால் அதைத் தனக்கு என்று கவர்ந்து கொள்வானோ என்ற அச்சம் உண்டாகியது. அதைப் பத்திரப்படுத்துவதற்காக வீட்டுள் கொண்டு போய்ப் பத்திரப்படுத்தினான். அவனுக்குத் தம்பி ஒருவன் இருந்தான். அவன் பெயர் பிரசேனன் என்பது, அவனுக்கு அந்த மணியைத் தன் கழுத்தில் போட்டுக்கொள்ள வேண்டும் என்ற ஓர் ஆசை தோன்றியது. அது தக்கவர் அல்லாதவர் போட்டுக் கொண்டால் அஃது அவரைத் துக்கத்தில் ஆழ்த்தி விடும்.

"ஒளிபடைத்த மணியினாய் வாவா" என்று தன்னை வரவேற்பர் என்று கருதித் தன் தமையனுக்குத் தெரியாமல் அதனைத் தன் கழுத்தில் அணிந்துகொண்டு பெருமையோடு திரிந்தான். அதற்கு வேண்டிய நற்குணங்கள் அவனிடம் இல்லை. தீயவன் அணிந்து கொண்டதால் அவனை உயர்த்துவதற்கு மாறாய் அது தாழ்த்தியது; அழிவைத் தந்தது.

அவன் ஒருமுறை காட்டுக்கு வேட்டையாடச் சென்றிருந்தான். குதிரைமீது ஏறிக்கொண்டு போனான்; கழுத்தில் அந்த மணியை அணிந்து கொண்டிருந்தான்; அந்த மணி அவனுக்கு உதவவில்லை: அழிவைத் தந்தது; ஒரு சிங்கம் அவனையும் அவன் ஏறிவந்த குதிரையையும் அடித்துக் கொன்று விட்டது.

அந்தச் சிங்கம் அந்த ஒளிவீசிய மணியைத் தன் வாயினால் கவ்விக்கொண்டு தன் குகையை நோக்கிச் சென்று கொண்டிருந்தது. வழியில் கரடி வேந்தனாகிய ஜாம்பவான் அச்சிங்கத்தைக் கொன்று அம்மணியைத் தன் குகைக்கு எடுத்துச் சென்றான். தன்மகன் சுகுமாரன் வைத்துக்கொண்டு விளையாட அவனிடம் கொடுத்தான்.

மணியைக் கொண்டு சென்ற தம்பி பிரசேனன் வீடு திரும்பி வரவில்லை. அதனால், கண்ணன்தான் இந்த இரத்தினத்துக்கு ஆசைப்பட்டு அவனைக் கொன்று விட்டான் என்று காதோடு காது வைத்தாற்போல் நகரத்து யாதவர் பேசிக் கொண்டனர். தனக்கு இந்த வீண்பழி நேர்ந்ததை அறிந்த கண்ணன், சகல யாதவ சேனைகளோடு யாதவக் குடிமக்கள் பலரையும் அழைத்துக்கொண்டு குதிரை சென்ற வழியைத் தொடர்ந்து சென்றான். அங்கே சிங்கத்தால் கொல்லப்பட்ட குதிரையும் பிரசேனனும் தரையில் விழுந்து கிடப்பதை அனைவரும் கண்டனர். அதைத் தொடர்ந்து சிங்கத்தின் காலடிகளையும், அதன் நகக்குறி முதலியவைகளையும் பார்த்தவுடன் நகரத்தவர் உண்மை அறிந்தனர்; கண்ணன்மீது கொண்டிருந்த ஐயம் நீங்கியது.

பின்பு அந்தச் சிங்கத்தின் காலடிகள் ஏற்படுத்திய பதிவுகளைக் கொண்டு பின் தொடர்ந்தனர்; அந்த மதிப்பு மிக்க மணியைத் தேடிக் கண்டுபிடிக்கத் தொடர்ந்து சென்றனர். அங்கே சிறிது தூரத்திலேயே அந்த மிருக அரசனைக் கரடி ஒன்று கொன்றதாகத் தெரிந்தது; அந்தக் கரடி அம்மணியைக் கொண்டு சென்று இருக்கலாம் எனக் கருதிச் சேனைகள் எல்லாவற்றையும் நிறுத்திவிட்டுத் தான் ஒருவனாகவேத் தனியே தொடர்ந்து சென்றான் கண்ணன்

கரடியின் குகைக்குள் நுழைந்தான். அங்கே அந்தக் குழந்தையுடன் விளையாடிக் கொண்டிருந்த செவிலித்தாய் "சிங்கம் மனிதனைக் கொன்றது; அச்சிங்கத்தை உன் தந்தை கொன்றார்; அது உன்கையில் விளையாடக் கிடைத்தது" என்று அதன் பெருமையைச் சொல்லி "இதை வைத்துக் கொண்டு விளையாடு" என்று சொல்லிக் கொண்டிருந்தாள்.

அப்போது அங்கு வந்திருந்த கண்ணனைக் கண்ட செவிலித்தாய் அச்சத்தால் கூச்சல் போட்டு ஜாம்பவானை அழைத்தாள்.

"என்ன? ஏது?" என்று விசாரிக்காமல் மணியைக் கவர வந்த கள்வன் என்று தவறாகக் கருதி கண்ணனோடு முட்டிக் கொண்டு போர் செய்தான். மும்முரமாய் ஒருவரை ஒருவர் தாக்கிக் கொண்டனர். இருபத்து எட்டு நாள்கள் இப்போர் தொடர்ந்தது. வெளியில் இருந்த யாதவர் பன்னிரண்டு நாள் ஆகியும் கண்ணன் குகையிலிருந்து வெளியே வாராததால் அவன் மரித்துவிட்டு இருப்பான் என்று ஊருக்குத் திரும்பி வந்துவிட்டனர். அது கேட்டு அவன் உறவினர் எல்லாரும் இறுதி வழிபாடுகளும் செய்துவிட்டனர். இச் செய்தி கேட்டுக் கண்ணன் பின்னால் சிரித்துக்கொண்டான்.

இராமனைத் தவிரத் தன்னை எதிர்க்கும் ஆற்றல் மற்றவர்களுக்கு இருக்க முடியாது என்று சிந்தித்தவனாகிக் கண்ணன் காலடிகளில் விழுந்து, "தாங்கள் யார் என்பதை அறிந்து கொண்டேன். இராமனே கண்ணனாக அவதரித்துள்ளீர்; என்னை மன்னிக்கவேண்டும்" என்று சாம்பவான் கேட்டுக் கொண்டான்.

கண்ணன் தான் அவதரித்து வந்திருப்பது உண்மை தான் என்ற செய்தியைச் சொல்லி இராம அவதாரத்தில் அவன் போர் செய்ததனால் ஏற்பட்ட வடுக்களும், புண்களும், காயங்களும் நீங்கும்படி தன் கைகளால் தடவிக் கொடுத்தான். அவன் கண்ணனோடு மோதிக் கொண்ட புதிய நோயும், பழைய வடுக்களும் எல்லாம் நீங்கிச் சுகம் பெற்றான்.

பின் அக்கரடி அரசன் கண்ணனை வணங்கித் தன் மாளிகைக்கு அழைத்துச் சென்றான். விருந்தினனாக அவனை நன்கு உபசரித்துத் தன் மகள் சாம்பவதியை மணந்து கொள்ளுமாறு வேண்டினான். அவனது பக்திக்கும் வேண்டுதலுக்கும் இசைந்து ஜாம்பவதியை மணந்து கொண்டு, அம் மணியை ஏற்றுக்கொண்டு அதைச் சத்திரஜித்திடம் கொடுத்து ஊர் வந்து சேர்ந்தான்.

இப்படி இருக்க சத்திரஜித்து தன்னால் கண்ணனுக்கு வீண்பழி ஏற்பட்டதே என்பதற்காக மிகவும் வருந்தினான். தன்

மகளை யாருக்குக் கொடுப்பது என்று சிந்தித்துக் கொண்டிருந்தான். அவளை மணக்க மூன்று பேர் விருப்பப் பட்டனர். அக்குருவர்; கிருதவர்மன், சத்தனுவன் ஆகியவர்கள் தமக்கு மணம் முடிக்கக் கேட்டுக் கொண்டிருந்தனர்.

கண்ணனே மாவீரன் என்பதை அறிந்து அவனுக்குத் தன் மகள் சத்தியபாமையை மணம் செய்து கொடுத்தான். மணியையும் கண்ணனுக்கே சீதனமாகக் கொடுத்தான். கண்ணன் அதைப் பெற்றுக் கொள்ளவில்லை. மணிக்காகவே அந்தப் பெண்மணியை மணந்தான் என்று உலகம் பேசும்; அந்த நிந்தனைக்கு அவன் ஆளாக விரும்பவில்லை. "நீயே வைத்துக்கொள்: உனக்கு நன்மை உண்டாகட்டும். அதை வைத்துக் கொண்டு மற்றவர்களுக்கு உதவி செய்க" என்று சொல்லித் திருப்பித் தந்து விட்டான்.

இம் மூவரில் கிருதவர்மன் சத்தியபாமையைப் பெறாமையால் மனம் வெதும்பினான்; மணியைப் பெறாமையால் மற்றைய இருவருக்கும் சத்திரஜித்துவின் பேரில் கடுங்கோபம் எழுந்தது. மூவரும் ஒருங்கு கூடிப் பேசினர்.

அக்குருவரும், கிருதவர்மனும் மற்றவனைப் பார்த்து இவ்வாறு கூறினர்: "பாமையை நாம் பெற முடியவில்லை. மணியையாவது நீ பெற்றுக் கொள்; நம்மை ஏமாற்றி இழுக்கடித்து மகளை வேற்று ஆளுக்குத் தந்த சத்திரஜித்துவைக் கொன்றுவிடு; அந்த மணியை நீயே எடுத்துக்கொள்; நம் மூவரில் யாராவது ஒருவர் அதை அடைவதுதான் தகுதி" என்று கூறினர்.

"கண்ணன் உன்னை எதிர்க்கத் துணியான்; அப்படி எதிர்த்தால் நாங்கள் துணைக்கு வருகிறோம்; அஞ்ச வேண்டாம்" என்று அவனை ஊக்குவித்தனர். அவர்கள் பேச்சைக்கேட்டுச் சத்தனுவன் சத்திரஜித்து தூங்கிக் கொண்டிருக்கையில் தன் வாளால் அவனைக் கொன்று விட்டு அம் மணியைக் கவர்ந்து கொண்டான்.

வீரனாக வாழ வேண்டிய சத்தனுவன் மணிக்காகக் கொலையையும் செய்தான்; திருடவும் செய்தான். இவன் செய்கை மிகவும் கொடுமை. தந்தையை இழந்த மகள் சத்தியபாமை அத்தினாபுரத்தில் அச்சமயம் பாண்டவர் அரசியல் காரணமாகத் தங்கியிருந்த கண்ணனுக்குச் செய்தி தெவிவித்தாள். கண்ணனும் பலராமனும் விரைந்து துவாரகைக்குத் திரும்பினர்.

கொன்றவனைப் பழிவாங்க வேண்டும் என்பது ஒன்று; விலைமிக்க அம்மணியைத் திரும்பப் பெற வேண்டும் என்பது மற்றொன்று. சத்தியபாமையின் கண்ணீரைத் துடைக்க வேண்டும். அவள் மனம் குளிர அவனை முடிக்க வேண்டும். கண்ணனும் பலராமனும் அவன் இருக்கும் இடம் தேடிப் படையொடு சென்றனர்.

இச் செய்தி அறிந்த சத்தனுவன் தன் நண்பர்களிடம் ஓடினான்; அவர்கள் துணையை நாடினான். அவர்கள் இருவரும் கை விரித்துவிட்டனர். கண்ணனை எதிர்க்கும் ஆற்றல் தமக்கு இல்லை என்று தெரிவித்தனர்.

நம்பிக்கைத் துரோகம் இழைத்த போதிலும், அவன் அவர்களை வெறுக்கவில்லை. அவர்கள் தம் இயலாமை யையே தெரிவித்தனர்; தனித்து அவர்கள் இருவரையும் எதிர்க்க முடியாது என்று நினைத்து உயிர் தப்ப ஓடினான். போகுமுன் ஒப்பு உயர்வு அற்ற அந்த மாமணியை அக்குருவரிடம் ஒப்புவித்துவிட்டுச் சென்றான்."நான் உயிரோடு திரும்பி வருவேன்; அப்பொழுது என்னிடம் திருப்பிக் கொடு" என்று சொல்லிவிட்டுக் குதிரையில் ஏறி வேகமாகச் சென்றான். கண்ணனும் பலராமனும் தேர் ஒன்றில் ஏறி அவனைப் பின்தொடர்ந்தனர். வழியில் அவன் ஏறிவந்த குதிரை இறந்து போயிற்று. ஆனால், சத்தனுவன் கால் நடையாக அப்புறம் ஓடத் தலைப்பட்டான். தானும் கால் நடையாய் ஓடிச் சென்று அவனைக்கண்டு பிடித்துக் கொன்றுவிட்டு அந்தச் சியாமந்தகமணியைக் கொண்டு வருவதாகக் கண்ணன் கூறிச்சென்றான். குதிரைகளையும்

தேரையும் பலராமனை அங்கிருந்து பார்த்துக் கொள்ளச் சொல்லிட்டுப் போனான்.

தான் ஒருவனாகவே தொடர்ந்து அவனைக் கண்டு தூரத்தில் இருந்தே தன் சக்கரப்படையை ஏவி அவன் கழுத்தைச் சீவினான்; உதிரம் பாயக் கீழே விழுந்தான். அவன் மூடி வைத்திருந்த கைகளைத் திறந்து பார்த்தான். மணி இல்லை. அவன் தன்னை ஏமாற்றிவிட்டான் என்பதை உணர்ந்தான்.

"அவனைக் கொன்றது வீண். அவன் கையில் மணி இல்லை; அவன்தான் சத்திரஜித்தனைக் கொன்றான் என்று உறுதியாகவும் கூற முடியாது. இருவரும் சேர்ந்து ஒரு பாவ காரியத்தைச் செய்துவிட்டோம்" என்று கூறி வருத்தப்பட்டான். பலராமனுக்குத் தம்பி மீது கோபம்; ஏமாந்து மணியைக் கோட்டைவிட்டு விட்டானே என்று சிறிது வருத்தப்பட்டான். அவனிடம் முகம் கொடுத்துப் பேசவில்லை. தவறுதலாக மணியை எடுத்துக்கொண்டு தன்னிடத்தில் அஃது இல்லை என்று கூறுகின்றானோ என்ற ஐயமும் சிறிது ஏற்பட்டது. தான் துவாரகைக்குத் திரும்புவதில்லை. என்றும், துவாரகைக்கு வந்து தனக்கு ஆக வேண்டியது ஒன்றும் இல்லை என்றும் கூறி அனுப்பினான். அவன் அங்கேயே மிதிலையில் ஜனகன் விருந்தினனாக மூன்று ஆண்டுகள் தங்கிவிட்டான். அந்தச் சமயத்தில் தான் துரியோதனன் அங்கு வந்து உடன் தங்கி அவனுக்குப் பணிவிடை செய்து கதாயுதப் பயிற்சி பெற்றுக் கொண்டான். அதுமுதல் துரியோதனனிடம் பலராமனுக்கு வாஞ்சை உண்டாகியது.

கண்ணன் துவாரகையிலும், பலராமன் மிதிலையிலுமாகத் தங்கி வாழ்ந்து வந்தனர். மூன்று ஆண்டுகள் கழிந்தன. கண்ணனின் சார்பில் உக்கிரசேனனும், சில யாதவர்களும், மிதிலைக்குச் சென்று பலராமனைச் சாந்தப்படுத்தினர். கண்ணனிடத்தில் மணி இல்லை என்று தெரிந்தது. பலராமனும் மனம் மாறிச் சினம் ஆறித் துவாரகைக்குச் சென்றான்.

ஈண்டு இவ்வாறு இருக்கத் துவாரகையில் அக்குருவரிடத்தில் இம்மணி இருந்ததால் நாட்டில் நன்கு மழை பெய்தது. மக்கள் நோயின்றி வாழ்ந்தனர். அவரிடம் செல்வம் கொழித்ததால் தான தருமங்களையும், வேள்விகளையும், தொடர்ந்து செய்துகொண்டிருந்தார். இதைக் கவனித்த கண்ணன் மணி அக்குருவரிடத்தில்தான் இருக்க வேண்டும் என்று முடிவு செய்துகொண்டான்.

உடனே ஒரு சபை கூட்டி அக்குருவரை அழைப்பித்தான். "உன்னிடத்தில்தான் மணி உள்ளது. உண்மையை ஒப்புக்கொள்; சத்திய விரதன் நீ; பொய் சொல்ல மாட்டாய்" என்று அவரை உயர்த்தி வைத்துப் பேசினான்.

அவர் மணி தன்னிடத்தில் இருக்கிறது என்பதை ஒப்புக்கொண்டார். தாம் அதைச் சத்திய காரியங்களுக்குப் பயன்படுத்துவதாகவே கூறினார். அதைக் கண்ணனிடம் சேர்ப்பிக்கத் தான் காத்துக் கொண்டிருப்பதாகவும் கூறினார்.

கண்ணன் தனக்கு அம் மணி தேவையில்லை என்றும், தன்னைப் பற்றிய ஐயம் பலராமனுக்குத் தீர வேண்டும் என்றும், அதற்காக அவன் முன்னிலையில் வந்து அதனைக் காண்பித்துப் போக வேண்டும் என்றும் கேட்டுக் கொண்டான். அக்குருவரிடம் அவனுக்குத் தனிமரியாதை இருந்தது.

பலராமனும் அத் திருச் சபையில் இருந்தான். அனைவரும் கேட்கும்படி மேலும் தொடர்ந்தான்.

"இந்த மணி தங்களைப் போன்ற தூய சிந்தையுடைய வரிடத்தே தான் இருக்கவேண்டும். பிரமசரியாக பரிசுத்தனாக இருக்கவேண்டும். உமக்கே அத் தகுதி இருக்கிறது. நான் இந்த மணியின் பொருட்டு வாழ்க்கைச் சுவைகளை இழக்கத் தயாராயில்லை. என் அண்ணன் பலராமனோ சுரபானம் செய்யக்கூடியவர்; அவரும் தம் இன்பங்களையும், சுகங்களையும் இழக்கச் சம்மதிக்க மாட்டார். சத்தியபாமையோ இதை எப்பொழுதும் தாங்கி இருக்க

முடியாது. உம்மைப் போன்ற சத்திய சீலர்கள் இதைத் தாங்கி உலக நன்மைக்காகப் பயன் படுத்துவதே தக்கதாகும்" என்று சொல்லி அவரிடமே சேர்த்து விட்டான். அவரும் அதைப் போற்றிக் காத்து உலக நன்மைக்காகப் பயன்படுத்திப் பிற்காலத்தில் சத்திய பாமையின் வாரிசுகளிடம் சேர்த்துவிடுவது என்று முடிவு செய்தார்.

கண்ணனின் தொடர்திருமணங்கள்

ருக்குமணியே கண்ணன் மனைவியருள் முதன்மையானவள்; தலைமையானவள்; அதனைத் தொடர்ந்து சம்பாவதியையும் சத்தியபாமையையும் மணந்தான்.

பின்பு அத்தினாபுரத்தில் இருந்தபோது அர்ச்சுனனோடு காட்டில் வேட்டையாடச் சென்றான்; அப்போது யமுனை நதிக்கரையில் கண்ட அழகிய பெண் காளிந்தி, கண்ணனையே மணம்செய்து கொள்ளக் காத்திருந்தாள். அர்ச்சுனன் அவளைக் கண்டு பேசினான். அவன் நீர் பருக யமுனைக்குச் சென்றிருந்த நேரத்தில் ஏற்பட்ட சந்திப்பு இது; அவன் மூலமாகக் காளிந்தி தன் காதலைக் கண்ணனுக்குச் சொல்லி அனுப்பினாள்; மணம் நடத்த அவளைத் துவாரகைக்கு அழைத்துச் சென்று அங்கு அவளை மணந்துகொண்டான்.

அடுத்தது அவந்திபுரத்து அரசனின் புதல்வி விந்தையாவாள். அவள் தமையனின் பெயர் விந்தன் என்பது, அவள் கண்ணனுக்கு அத்தை மகள் என்ற உறவு இருந்தது. கண்ணன் சுயம்வரத்துக்குச் சென்று அவளைத் தேரில் ஏற்றிக் கொண்டு சென்றான். பின் திருமணம் செய்து கொண்டான்.

அடுத்தது கோசல மன்னன் மகள் சத்தியா. அவள் தந்தையின் பெயர் நக்னஜித் என்பது. ஏழு எருதுகளை அடக்கியவனுக்கே அவள் உரியவள் என்று அறிவித்து இருந்தான். கண்ணன் இவ்வேழு எருதுகளையும் அடக்கி அவளை மணந்து கொண்டான்.

அடுத்தது பத்திரி என்ற பெயரை உடைய சுசீலை என்பவள், இவள் கேகய நாட்டு அரசனின் மகள் ஆவாள். ஒழுக்கத்திற் சிறந்தவள் என்ற சிறப்பு இவளுக்கு உண்டு.

அடுத்தது இலக்குமணை என்பவள். அவள் மத்ர தேசத்து அரசனின் மகள் ஆவாள்; அவள் சிரிப்பழகியாக இருந்தாள். அதனால், அவளுக்குச் சாருஹாசனி என்ற பெயரும் வழங்கியது. நப்பின்னை என்ற ஒருத்தியை அவன் எருதுகளை அடக்கி மணந்ததாகத் திருப்பாவை என்னும் பிரபந்த நூல் கூறுகிறது. அது யார் என்று தெரியச் சான்றுகள் கிடைக்கவில்லை. பாகவதம் இதைக் குறிப்பிடவே இல்லை.

இறுதியில் நரகாசூரனை வென்றபோது அவன் சிறைப்படுத்தியிருந்த பதினாறாயிரத்து நூறு கன்னிகளும் இவனையே தன் கணவனாக வரித்துக் கொண்டனர். அவர்களுள் உரோகிணி என்பவள் கண்ணனின் நெருங்கிய விருப்பத்துக்குரியவளாக இருந்தாள். இவை கண்ணனுடைய திருமணக் காதல் விவகாரங்கள் என்று கூறலாம். மேலும் கோகுலத்தில் இராதை என்பவளைக் காதலித்து அவளோடு ஆடி மகிழ்ந்தான்; அவளை மணக்கவே இல்லை.

நரகாசூர வதம்

இந்திரன் துவாரகைக்கு வந்து கண்ணனை வணங்கிக் கண்ணன் இதுவரை ஒழித்த அசுரர்களின் பெயர்களைச் சொல்லி அவர்களோடு ஒத்த கொடுமை உடையவன் ஒருவன் இருக்கிறான். அவன் மற்றவர்களைவிடத் தேவர்களுக்கு மிகுதியாகத் தொல்லைகள் தருகிறான் என்று விண்ணப்பம் செய்தான்.

பிரக்குசோதிஷம் என்னும் நகரில் பூமாதேவியின் மகனான் நரகாசூரன் என்பவன் இருக்கிறான் என்றும், சகல உயிர்களுக்கும் அவன் ஊறு செய்கின்றான் என்றும், தேவர், கந்தருவர், சித்தர் முதலானவர்களின் கன்னியரை யும்,

மன்னர்களின் மகளிரான கன்னியரையும் கவர்ந்து கொண்டு தன் மாளிகையில் சிறை வைத்திருக்கிறான் என்றும், எப்பொழுதும் தண்ணீர் தரும் இயல்பினை உடைய வருணனின் குடையையும், மந்திர பருவதத்தின் சிகரமான ரத்தின பர்வதத்தையும் கொண்டு போய்விட்டான் என்றும், தன் தாயான அதிதியின் அமுத கிரணங்கள் ஒளிவிடும் குண்டலங்களையும் கவர்ந்து சென்று விட்டான் என்றும் முறையிட்டான்.

ஆரம்பத்தில் பூமியைப் பாதாளத்தில் இருந்து தூக்கி வந்தபோது வராக அவதாரமாக வந்த திருமால் ஸ்பரிசம் பட்டுப் பூமிதேவி கரு உயிர்த்துப் பெற்ற மகன் நரகாசூரன் ஆவான். அதனால், அவன் திருமாலின் மகன் என்றும் கூறப்படுகிறது.

இந்திரனுக்குத் தக்க விடைதந்து அனுப்பிவிட்டுக் கருடனைக் கண்ணன் அழைப்பித்து அதன் மீது அமர்ந்து கொண்டு நரகன் இருக்கும் இடம் தேடி அணைந்தான்.

நரகனின் அமைச்சன் முரன் படைகளைத் திரட்டிக் கொண்டு கண்ணனை எதிர்த்தான். கண்ணன் தன் சக்கரத்தை ஏவி அவனையும் அவன் படைகளையும் அழித்தான். அரண்கள் மிகுதியாக இருந்தன. அவற்றை எல்லாம் அழித்து ஒழித்தான். முரனை அழித்ததால் கண்ணனுக்கு முராரி என்ற பெயர் வழங்குகிறது. மேலும் அயக்கீரிவன், பஞ்சசேனன் முதலிய மந்திரிகளையும் அழித்துவிட்டுச் சோதிடபுரத்துக் கோட்டைக்குள் புகுந்தான்.

உள்ளே புகுந்ததும் நரகாசூரனுக்கும் கண்ணனுக்கும் பெரும்போர் உண்டாயிற்று. கையில் இருந்த சக்கராயுதத்தில் அவன் சிரசைக் கொய்தான். அவனுடைய தாய் ஆகிய பூமாதேவி கண்ணனை வந்து வணங்கினாள். இந்திரனின் தாய் அதிதியின் குண்டலங்களையும் கையில் எடுத்துக்கொண்டு அவனிடம் சேர்ப்பித்து, 'இறைவனே! நீ வராக அவதாரம் எடுத்தபோது என்னை உன் கோட்டில் தாங்கி எடுத்து வந்தாய்.

அப்போது உன் ஸ்பரிசத்தினால் இந்த மகன் எனக்குப் பிறந்தான். நீயே அவனை எனக்குத் தந்தாய்; நீயே அவன் தீமைகளைக் கண்டு அழித்தாய். அவனுடைய சந்ததியர் நன்மக்கள் ஆவர். அவர்களைக் கொல்லாமல் விட்டுவிடுக. தீமைகளை ஒழித்து நன்மைகளை நிலைநாட்ட என் பொருட்டு நீ அவதரித்தாய். படைத்தல், காத்தல், அழித்தல் என்ற மூன்று தொழில்களும் வல்லவன் நீ; உன்னை வணங்குகிறேன்;" என்று கூறித் தன் பாதுகாப்பில் வைத்து இருந்த இந்திரனின் தாய்க்கு உரிய காதணிகளைச் சேர்ப்பித்தாள்.

கண்ணன் நரகன் சிறைப்படுத்தியிருந்த கன்னியர் பதினாறாயிரத்து நூறுபேரையும் விடுவித்தான். அவர்கள் கண்ணனையே கணவனாக அடையவேண்டும் என்று விரும்பிக் காதலித்தனர். அவர்கள் வேண்டுகோளைப் புறக்கணிக்காமல் அவர்களையும் தன் துணைவியராக ஏற்றுக் கொண்டான். நரகவசம் இருந்து யானைகளையும், குதிரைகளையும் துவாரகையில் சேர்ப்பித்தான். வருணனின் குடையையும், ரத்தினமணி பர்வதத்தையும் கண்டு, அவற்றைக் கருடன் மேல் ஏற்றிக்கொண்டு அவற்றை உரிய இடத்தில் சேர்க்கப் புறப்பட்டான். தன்னோடு சத்தியபாமையும் தேவேந்திர உலகத்திற்கு உடன் வந்தாள்.

பாரிஜாதமலர் கொண்டுவருதல்

கருடன் வருணனின் குடையையும் மணிபர்வதத்தின் சிகரத்தையும் அலகில் பற்றிக்கொண்டு கண்ணனையும் சத்தியபாமையையும் ஏற்றிக்கொண்டு விண்ணவர் உலகம் சேர்ந்தனன். அங்கே கண்ணன் தன் திருச்சங்கை ஊத அது கேட்ட அமரர் வந்து திரண்டனர்; கண்ணனைப் பூசை செய்து வரவேற்றனர்; அவன் திருவடிகளில் விழுந்து வணங்கினர்.

பின்பு கண்ணன் இந்திரன் தாய் அதிதியைச் சந்தித்து அவளுக்கு உரிமையான குண்டலங்களை அவளிடம்

சேர்ப்பித்து அவளை மகிழச் செய்தான்; அதிதி அவனைப் பலவாறு சொல்லித் துதித்தாள். அதிதி மேலும் சத்தியபாமையை வாழ்த்தினாள். இந்திரனும் தன் தாயின் கட்டளைப்படி கண்ணனைத் தக்கவகையில் வழிபட்டு உபசரித்தான். அவன் மனைவி சசிதேவியும் சத்திய பாமையைப் பலபடி உபசரித்துப் போற்றினாள். எனினும் பாரிஜாத மலரைத் தான் சூட்டிக்கொண்டாளே தவிரச் சத்தியபாமைக்குத் தரவில்லை. அவள் மானுடப்பெண் என்பதனால் அவளுக்கு அதைச் சூடிக்கொள்ளத் தகுதி இல்லை என்று புறக்கணித்தாள்.

கண்ணனோடு தேவலோகத்தைச் சத்தியபாமை சுற்றிப் பார்த்தாள். அங்கே நந்தவனத்தில் பாரிஜாத மலர்கள் பூத்துக் குலுங்கி இருப்பதைப் பார்த்தாள். கண்ணனைப் பார்த்து, "என் ஆருயிர்த் தலைவனே! நீ என்னைப் பார்த்து நீ தான் எனக்குப் பிரியமானவள் என்று கூறி இருக்கிறாய்; ஜாம்பவதி யானாலும், ருக்குமணியானாலும் அவர்கள் உன்னைப்போல் எனக்கு இனியவர்கள் அல்லர் என்று கூறியது உண்மையானால் இந்த மலர்ச்செடி என் மாளிகையின் புழைக்கடைத் தோட்டத்தில் கொண்டு போய் வைக்கப்பட வேண்டும். இப்பூங் கொத்துகளை என் கூந்தலில் வைத்து அலங்கரித்துக் கொண்டு என் சக்களத்திமார் நடுவில் மிகவும் பொலிவோடு காணப்பட வேண்டும்" என்று கூறினாள்.

கண்ணனும் அந்த மலர்ச் செடியைப் பெயர்த்துக் கருடன் மீது வைத்தான். அப்போது அந்த நந்தவனத்துக் காவல்காரன் "இஃது இந்திரனின் மனைவி சசிதேவிக்கு உரியது. அமுதம் கடைந்தபோது கிடைத்த இம் மலர்ச்செடி தேவராசனுக்குத் தரப்பட்டது. இதை அவன் தன் துணைவியான சசிதேவிக்குத் தந்துவிட்டான். இது அவளுக்கே உரியது; இதை எடுத்துச் சென்றால் வீண் பகைமை உண்டாகும்; இந்திரனின் சினத்துக்கு ஆளாவாய்" அதனால் அவனோடு போர் செய்ய நேரிடும்;" என்று உரைத்தான்.

சத்தியபாமை இதைக் கேட்டு வெகுண்டாள். அவனைப் பார்த்து "காவல் காப்பவனே! இது எந்தத் தனி மனிதருக்கும் உரியது அன்று; பாற்கடலில் பிறந்த அமுதம், சந்திரன், காமதேனு முதலியவை எப்படி யாவர்க்கும் பொதுவானதோ அப்படியே இந்தப் பாரிஜாதமும் பொதுவாகுமேயன்றிச் சசிதேவிக்கு மட்டும் உரிமை கொண்டாடுவது பொருந்தாது. ஒரு மானுடப் பெண் எடுத்துக்கொண்டேன் என்று சொல்லிவிடு; இந்திரன் உங்களுக்கு அதிபதியாக இருக்கலாம்; அவளுக்குப் பிராணநாயகனாக இருக்கலாம்" என்று மிடுக்காகக் கூறி அனுப்பினாள்.

அவன் அப்படியே சசிதேவியிடம் எடுத்துச் சொல்ல அவள் இந்திரனின் ஆணவத்தைக் கிளர, அவன் அவசரப்பட்டுப் படைகளுடன் வந்து மோதினான்; மனைவியின் தூண்டுதலால் தன் அறிவை இழந்தான்; யாருடன் மோதுகிறோம் என்பதைப் பற்றிக்கூட எண்ணிப் பார்க்கவில்லை. எவனைச் சரண் அடைந்து நரகனை எதிர்க்கச் சொன்னானோ அவனை எதிர்க்க முற்பட்டான். கண்ணன் தன் தேவபலத்துக்கு அஞ்சி விட்டுக் கொடுத்து விடுவான் என்று எதிர்பார்த்தான். போர் தொடங்கியது. இந்திரனின் படைகள் தோற்று ஓடின ; வச்சிராயுதத்தைக் கண்ணன் மீது வீசினான்; கண்ணன் அதை மிக எளிதில் தன் கைகளில் பற்றிக்கொண்டு அடுத்து அவன் செய்வதை எதிர் நோக்கினான் படை இழந்து தன் கைக் கருவி இழந்து தனித்து நின்றான். கண்ணனின் கையில் இருந்த சக்கராயுதத்தைக் கண்டு அஞ்சிப் புறமுதுகிட்டு ஓடத் தொடங்கினான்.

கண்ணன் அவனைத் தடுத்து நிறுத்தி, "நில் ஓடாதே; உன்னை ஒன்றும் செய்யமாட்டேன்" என்று அபயம் அளித்தான். சத்தியபாமை அவனை நோக்கி "நீ தேவர்களுக்குத் தலைவன்; சசிதேவி மதிக்கும் கணவன்; நீ தோற்று ஓடி எவ்வாறு அவள் முன் தலைகாட்ட முடியும்? பாரிஜாதம் இல்லாமல் திரும்பினால் அவள் உன்னை மதிக்கமாட்டாள். அதற்குப் பிறகு உனக்கு இந்திரப் பதவி எதற்கு? நான் இந்தப் பாரிஜாத மலருக்காக இந்தச் சண்டையை உண்டாக்கவில்லை;

மானுடப்பெண் என்று என்னை அவமதித்த உன் மனைவிக்கு ஒரு பாடம் கற்பிக்கவே இந்தச் சண்டையை மூட்டினேன். உன்னைக் கொண்டு அவள் கர்வம் படைத்திருந்தாள்; எனக்கும் என் கணவனால் ஒருபெருமை உண்டு; அவன் எத்தகையவன் என்பதை உனக்கும் அவளுக்கும் காட்டவே இந்தப் பூசலைக் கிளப்பினேன். இந்தப் பாரிஜாதம் இல்லாமலே என் கணவனின் மதிப்பை நான் பெற முடியும்; அவளுக்கு இந்த மலர் இல்லாவிட்டால் பெருமைப்பட முடியாது. அதை வைத்துக்கொண்டு அவள்தான் அழகி என்று கர்வப்பட்டுக் கொண்டிருக்கிறாள்; அதை மற்றவர்களும் அடைய முடியும் என்று காட்டவே இதைத் தூண்டினேன். நீயே இந்த மரத்தை எடுத்துக்கொள்; எங்களுக்குத் தேவை இல்லை" என்று திருப்பிக் கொடுத்தாள்.

இந்திரன் தன் செய்கைக்கு வருந்தினான். எனினும், கண்ணனிடம் தான் அடைந்த தோல்விக்கு அவன் வெட்கப்படவில்லை; அதை அவன் பெருமையாகவே கொண்டான். கண்ணனின் பெருமையையும் ஆற்றலையும் உணரத் தேவர்களுக்கு ஒருவாய்ப்பு உண்டாயிற்று என்று அடக்கமாகப் பேசினான்.

கண்ணனும் அவனை அன்புடன் ஆதரித்து, "நீ இந்த அமரர் உலகத்துக்கு அதிபதி: நாங்கள் மனிதர்கள்; நாங்கள் செய்த சிறுபிழையை மன்னிக்க வேண்டும்" என்று ஏளனமாகப் பேசிச் சிரித்துப் பின் அவனை மன்னித்து அவனுக்குரிய பதவியையும் தலைமையையும் மதித்து அவனை ஊக்கப்படுத்தினான்.

"நீ அமரர் தலைவன்; இந்த வச்சிராயுதப்படை எதிரிகளைச் சங்கரிக்க மிகவும் அவசியம்; நீயே வைத்துக் கொள்; உனக்கு உடைமை என்று கொடுத்துவிட்ட பொருளை நாங்கள் எடுத்துக் கொள்வது தவறுதான்; நீயே இந்தப் பாரிஜாத மரத்தை இங்கேயே வைத்துக்கொள்; எமக்குத் தேவை இல்லை" என்று சொல்லித் திருப்பிக் கொடுத்தான்.

இந்திரன் மிகவும் அடக்கமாகக் கண்ணனிடம் பேசினான்; மானுடன் அல்லன் நீ என்பது எனக்குத் தெரியும்; சர்வேசுவரனான நீ தீமையை அழிக்க மானுடனாக அவதரிக்கிறாய். யார் தவறு செய்தாலும் அவர்கள் தண்டிக்கத் தக்கவர்களே. நான் தவறு இழைத்தவன்தான்; பலருக்குப் பயன்பட வேண்டிய பாரிஜாத மரத்தைத் தனி உடைமையாக்கியது தவறுதான்; என்னை மன்னித்தருளுக.

இந்தப் பாரிஜாத மலரை உன் துணைவியர் விரும்பி இருக்கிறார்கள். அவர்கள் விருப்பத்தை நீ நிறைவேற்றித் தருவது உன் கடமை; இந்த மரத்தை துவாரகைக்கு எடுத்துப் போகலாம். இதோடு சுதர்மை என்ற தேவ சபையையும் உனக்காக அனுப்பி வைக்கிறேன். நீ பூமியை விட்டு நீங்கியபின் அவை அங்கிருக்கும் தகுதியை இழந்து விடுகின்றன. அதற்குப் பிறகு அவை இங்கே வந்து சேர்ந்துவிடும், இதை இப்பொழுது எடுத்துச் செல்க" என்று வேண்டிக் கொண்டான்.

அதன்பின் அவனிடம் விடை பெற்றுக் கொண்டு கருடன் மீது அந்த மரத்தை வைத்துக்கொண்டு கண்ணன் சத்தியபாமை யோடு வந்து சேர்ந்தான். அந்தப் பாரிஜாத மரம் சத்தியபாமையின் புழைக்கடையில் வைக்கப்பட்டு விட்டது. அது சத்தியபாமைக்குத் தனிப் பெருமையைத் தேடித்தந்தது.

பதினாறாயிரத்து நூறு கன்னிகள்

நரகாசூரனிடமிருந்து கொண்டு வந்த யானைகளையும், குதிரைகளையும், மற்றுமுள்ள விலையுயர்ந்த பொருள் களையும் பலருக்கும் பகிர்ந்து அளித்தான். அவர்களோடு வந்த சேர்ந்த கன்னியர் பதினாறாயிரத்து நூறு பேருக்கும் தனித்தனி மாளிகை தந்தான். ஒவ்வொருவர் விரும்பியபடி அவர்களோடு உறைதற்குத் தனித்தனி உருவங்கள் எடுத்து அவர்களோடு தங்கி அவர்களை மகிழ்வித்தான்.

உஷையின் கனவு

உஷை வாணாசுரனின் மகள் ஆவாள்; அவள் சிவனும் பார்வதியும் இணைந்திருக்கும் இழைவைக் கண்டு தானும் தக்க இளைஞனோடு இணையும் வாழ்வை விழைந்தாள். பார்வதியை நோக்கித் தன் கருத்தை வெளியிட்டாள்.

அவளுடைய பருவலிழைவை அறிந்து அவளைப் பார்த்து "உன் விருப்பம் நிறைவேறும். வைகாசி மாதம் சுக்கில பக்ஷத் துவாதசியில் கனவில் எவன் உன்னோடு கலந்து மகிழ்வானோ அவனே உனக்குக் கணவன் ஆவான்" என்று பார்வதி தேவி கூறி அருளினாள்.

அவ்வாறே அவள் அந்த நாளில் தன் கனவில் ஒரு இளைஞனோடு காதற்கலவி அடைந்தாள். அக்கனவினைக் கண்டது முதல் அதே நினைவில் வாழ்ந்து கொண்டிருந் தாள். நிஜ வாழ்வில் ஏற்பட்ட அனுபவமாகவே அவளுக்கு இருந்தது. அவனை எப்படிக் காண்போம்? எப்பொழுது காண்போம்? என்ற அதே ஏக்கத்தில் இளைத்துக் கொண்டே வந்தாள்.

சித்திரலேகை என்ற தோழி அவள் உறக்கத்திலும் நினைவிலும் யாரையோ நினைத்துக்கொண்டு அவதிப்படுகிறாள் என்பதை அறிந்து அவளை விசாரித்தாள். அவள் பார்வதி தேவி தனக்கு உரைத்ததையும் தன் கனவினையும் சொல்லி, அவனை எப்படி அடைவது? எப்பொழுது அடைவது? என்று கேட்டு, வழி யாது? என்ன? என்று அவளைத் துருவினாள்.

அநிருத்தனை அவள் சுட்டிக் காட்டினாள்.

அவன் கண்ணனின் பெயரன்; பிரத்தியும்னன் மகன் என்பதைத் தெரிவித்து அவனைத் தேடிக் கொண்டு வருவதாகச் சொல்லிச் சென்றாள்.

பிறகு சித்திரலேகை தன்னுடைய மோக வித்தையின் மகிமையினால் துவாரகைக்குச் சென்று அநிருத்தனைக் கட்டிலோடு கடத்திக்கொண்டு வந்து உஷையின் படுக்கையில் கிடத்தினாள்.

வாணாசூரனோடு போர்

அவள் தான் விரும்பியவகையில் எல்லாம் அவனோடு இன்பம் துய்த்தாள்; நாள்கள் சில சென்றன. காவலர், அவர்கள் கள்ள உறவினை அறிந்து நாட்டின் தலைவனாகிய வாணாசூரனிடம் தெரிவித்தனர். அவள் தந்தையால் அந்நியன் ஒருவன் அந்தப்புரத்தில் நுழைந்து கன்னியுடன் காதல் செய்வதைத் தாங்கிக் கொள்ள முடியவில்லை. அவனைக் கட்டிப்பிடித்து வர ஆள்களை ஏவினான்.

அநிருத்தன் அங்கிருந்த உருண்டையான கட்டை ஒன்றனை எடுத்துக்கொண்டு வந்த வீரர்களைத் தாக்கினான்; வாணாசூரனால் இவன்முன் நிற்க இயலவில்லை. பின்பு தன் மாயவித்தையால் அவனைக் கட்டு வித்துச் சிறையில் இட்டான்.

அநிருத்தன் இருக்கும் இடம் தெரியாமல் கண்ணனும், மற்றவர்களும் கவலை அடைந்தனர். மாதங்கள் நான்கு கடந்துவிட்டன. நாரதர் வந்து நடந்த கதையைச் சொல்லி, அவன் வாணாசூரனால் சிறைப் பட்டதை விவரித்தார்.

துவாரகையிலிருந்து படைகளும், கண்ணனும். பலராமனும், பிரத்தியும்னனும், மற்றுமுள்ள வீரர்களும், வாணாசூரனின் நகரமான சோணிதபுரத்தை முற்றுகை யிட்டனர். சிவன் தந்த வரங்களும் அவன் பாதுகாப்பும் வாணாசூரனுக்குப் புகலிடம் தந்தன; எனினும், கண்ணன் முன் சிவனும் அவன் கணத்தவரும் நின்று தாக்குதலை மெல்ல நெகிழ்த்துக் கொண்டனர். சிவனின் வேண்டு கோளின்படி அவன் நான்கு

கரங்களை மட்டும் விட்டு விட்டுக் கண்ணன் அவனை உயிரோடு தப்ப இசைவு தந்தான்.

அவனுக்கு ஆயிரம் தோள்கள் இருந்தன. அதனால், அவன் ஆற்றல் மிக்கவனாய் விளங்கினான். மேலும் சிவன் அவனுக்கு எப்பொழுதும் அரணாய் இருந்து காப்பதாயும் உறுதி தந்திருந்தான். அவன் சிவபக்தனாய் இருந்ததால் இந்தப் பாதுகாப்பு அவனுக்குக் கிடைத்தது. அவன் விட்ட அம்புகளை எல்லாம் கண்ணன் மாற்று அம்புகளால் அடக்கி ஒழித்தான். இனி வேறு வழியின்றித் தன் கையில் உள்ள சக்கரத்தை ஏவத் துணிந்தபோது சிவன் கண்ணன் முன் வந்து, அவனுக்காகப் பரிந்து பேசினார்; அவனுக்குத் தான் அபயம் அளித்ததால் அவன் உயிருக்கு இறுதி தேட வேண்டா என்று கேட்டுக் கொண்டார். அவர் வார்த்தையைக் காக்கும் பொருட்டு அவனைக் கொல்லாமல் விட வேண்டியது ஆயிற்று. அவன் ஆயிரம் தோள்களில் நான்கு தோள்கள் மட்டுமே நிலைத்தன. அவனும் கண்ணனை வணங்கித் தன்னை மன்னிக்கும்படி வேண்டிக் கொண்டான்.

கருடன் முன் வாணன் ஏவிய நாக அத்திரங்கள் நிற்க முடியாமல் தாமாய் அவிழ்ந்து அநிருத்தனை விட்டு நீங்கின; அநிருத்தன் விடுவிக்கப்பட்டான். கண்ணன் அநிருத்தனையும் உஷையையும் துவாரகைக்கு அழைத்துச் சென்று அவர்களுக்குத் திருமணம் செய்துவைத்தான்.

காசி தகனம்

கண்ணனுக்குப் போட்டியாக ஒரு மன்னன் தன்னை “வாசுதேவன்" என்று சொல்லித் திரிந்து கொண்டிருந்தான். அவன் பவுண்டரக தேசத்து அரசன் ; அதனால் அவன் 'பவுண்டரக வாசுதேவன்' என்று அழைக்கப்பட்டான். அவன் பெயருக்கு ஏற்ப அவன் உருவமும் கண்ணனை ஒத்திருந்தது. அதனால், அவன் நண்பர்கள்' "நீ தான் கண்ணனாகிய வாசுதேவன். மற்றவர்கள் எல்லாரும் போலிகள்" என்று பேசி

அவனைத் தூண்டிவிட்டனர். அவனும் அப் புகழ்ச்சிக்கு மயங்கி நிமிர்ந்து நடக்கத் தொடங்கினான்; கண்ணனைப் போலவே சங்கு, சக்கரம், மணிமுடி முதலியவை அணிந்துகொண்டு தன்னைக் கண்ணன் என்று சொல்லிக் கொண்டு திரிந்தான்.

தன் தூதுவன் ஒருவனை அழைத்து "நீ அங்குப் போய் ஆயர் மகனிடம் சொல்; நீ அல்ல வாசுதேவன்; அங்கே வாசுதேவன் இருக்கிறான்; உன் சங்கு சக்கரத்தை நீக்கி விடு; அதை அவனிடம் ஒப்புவித்துவிடு என்று சொல்" என்றான். தன்னோடு போர்செய்து வென்றபின் அவற்றைத் தரித்துக் கொள்ளலாம் என்று சொல்லி அனுப்பினான்.

கண்ணன், அந்த அறைகூவலைக் கேட்டு அவனைக் கணத்தில் சந்தித்தான்; "சக்கரம் தானே உனக்கு வேண்டும்; ஏற்றுக் கொள்" என்று சொல்லி அதனை ஏவினான். அதனைக் கையால் தடுக்கச் சென்றவன் தடுக்கத் தெரியாமல் விட்டு விட்டான்; கழுத்துக்கு நேரே வந்தமையால் அவன் சிரத்தைத் துண்டித்துவிட்டது. அவன் வீண் ஆணவத்தாலும் தற்பெருமையாலும் அழிந்தான்.

அவனுக்குத் துணைவனாய் இருந்த காசிராஜன் கண்ணனை எதிர்த்தான். அவன் தலையை அரிந்து அது காசியில் விழச் செய்து, கண்ணன் துவாரகைக்குத் திரும்பி வந்தான். அத் தலையைக் கண்டு இது துவாரகைக் கண்ணன் செயல் என்று அறிந்து அவன் மகன், சிவனை வேண்டி அவர் சொன்ன அறிவுரையின்படி யாகம் ஒன்று இயற்றி, ஒரு பூதத்தைத் தோற்றுவித்தாள்; அதை ஏவிவிட்டுக் கண்ணனை அழித்துவிடும்படி கூறினான். அது வேகமாகத் துவாரகைச் சென்று கண்ணனை அணுகியது. கண்ணன் அப்பொழுது தாயம் ஆடிப் பொழுது போக்கிக் கொண்டு இருந்தான்.

தன்னிடமிருந்த சக்கரத்தை அனுப்பிக் கண்ணன் அதனை அழிக்குமாறு கட்டளையிட்டான். அது அந்தப் பூதத்தைத்

துரத்திச் சென்றது. பூதம் புறப்பட்ட இடத்திற்கே சென்று ஏவியவனையே கொன்றுவிட்டது.

காசி நகரத்தையும், அந்தப் பூதத்திற்குத் துணையாய் வந்த கூட்டத்தையும், அந்தப் பூதத்தையும் அந்தச் சக்கரம் எரித்துச் சாம்பலாக்கியது.

பலராமன் சாம்பனை மீட்டது

அத்தினாபுரியில் துரியனின் மகள் இலட்சுமணை பேரழகும் நற்பண்பும் நிறைந்தவளாய் இருந்தாள்; அவளுக்குத் திருமணம் நிகழ்த்த வேண்டிச் சுயம்வரத்துக்கு ஏற்பாடு செய்தனர். பல தேசத்து அரசர்களும் இளைஞர்களும் வந்திருந்தனர்.

சம்பவதியின் மகனான சாம்பன் மிகவும் துடுக்கத் தனம் மிக்கவன்; தாய் வளர்ப்புச் செல்வ மகன்: மிகவும் செல்லம் கொடுத்து அவனை அவன் போக்கிலேயே வளர்த்துவிட்டாள். அவன் எதையும் தன் விருப்பப்படி செய்து வருவான். சுயம்வரம் என்ற செய்தி கேட்டான். முறைப்படி அவள் விருப்பத்துக்கு உரியவனாகிக் கழுத்தை நீட்ட வேண்டியவன்; ஆத்திரத்தில் இந்தப் புறச்சடங்கு களையும், கட்டுப்பாடுகளையும் மதிக்காமல் அவளுடைய விருப்பத்தையும் எதிர்பாராமல் அவளை வலிய இழுத்துத் தேர்மேல் ஏற்றிக் கொண்டு துவாரகை நோக்கிச் சென்றான். கன்னனும், துரியனும், வீடுமரும், துரோணரும் அவனை எதிர்த்துத் தடுத்து யுத்தம் செய்தனர்,

அவன் தனி ஒருவனாய் இருந்ததால் அவர்களை எதிர்த்துக் களைத்து விட்டான். அதனால், அவனைச் சிறை பிடித்துக் காவலில் வைத்தனர். அவனை அவர்கள் கொல்ல வில்லை. கைப்பிடித்தவனுக்கே காரிகை உரியவள் என்ற மரபு அவர்களைத் தடுத்து நிறுத்தியது. வேறு எவனும் அவளை மணக்க முன் வரமாட்டான். ஆனால் அவனைச் சிறையிலிட்டு

அவன் செய்த தவற்றை நினைத்து வருந்தும் படி செய்தனர். ஆள்கள் அவனிடம் கொடுமையாய் நடந்து கொண்டனர்.

செய்தியை நாரதர் கொண்டுபோய்த் துவாரகையில் பற்ற வைத்தார். யாதவர்கள் கொதித்து எழுந்தனர்; தம் அரசன் உக்கிரசேனனின் தலைமையில் படை எடுக்கத் திரண்டனர். பலராமன் இதை அறிந்தான். கலியுகம் வந்து கொண்டிருப்பதால் மக்கள் எளிதில் இயந்திரங்களாக மாறிவிடுவதை அறிந்தான். சிறுசிறு விஷயங்களுக்கெல்லாம் சண்டை போடுவதும் பிறகு தம்மை விடுவித்துக் கொள்ள வழிதெரியாமல் வேதனைப் படுவதும் இந்தப் புதுயுகத்தின் போக்காக இருப்பதை அறிந்து, அந்தச் சாயல் இவர்கள்மீது படியக் கூடாது என்று, தானே முன்னின்று பேசி மீட்டு வருவதாய்ச் சொல்லிப் புறப்பட்டான்; தன்னுடன் சில சாதிப் பெரியவர்களையும் அழைத்துச் சென்றான்; மணம் முடிப்பது என்றால் பிராமணர்கள் தேவைப்படுவர் என்பதால் அவர்களுள் சிலரையும் உடன் அழைத்துச் சென்றான்.

பலராமன் வந்ததும் அவன் தன் ஆசிரியர் என்பதால் துரியன் அவரை மரியாதையுடன் வரவேற்றான்; என்றாலும், தன் மானத்தையும் குல உயர்வையும் விட்டுக் கொடுக்க விரும்பவில்லை; யது குலத்தவரொடு குருகுலத்தினர் சம்பந்தம் செய்துகொண்டால் அவர்கள் உயர்ந்து விடுவார்கள் என்பதால் எதிர்த்தான்; யது குலத்தினரை இழித்துப் பேசினான்.

பலராமன் மதுபானம் அருந்தி இருந்தான்; இந்தச் சொற்கள் சேர்ந்து வெறி ஏற்றியது. தாம் புதிதாய் அரசு அமைத்து உயர்வு அடைந்ததை அவர்கள் இகழ்ந்து கூறியதை வெறுத்தான். "சுதர்மை என்கிற தேவ சபை இந்திரனால் கண்ணனுக்குத் தரப்பட்டது. அதில் இருந்து உக்கிரசேனன் ஆட்சி செய்கிறான்; இந்தக் குரு குலத்தவருக்கு இந்தச் சிறப்பு ஏது? வழிவழியாகத் தேய்ந்து போன சிம்மாதனத்தில் அமர்வதில் அவர்களுக்கு என்ன சிறப்பு இருக்கிறது? எம்முடைய அரச மகளிர் பாரிஜாத மலர்களை அணியும் சிறப்பினைப்

பெற்றிருக்கிறார்கள். இந்தச் சிறப்புகள் இவர்களுக்கு ஏது? யாதவர் குருகுலத்தினரை விட எந்த அளவில் தாழ்ந்தவர்கள்?" என்று கூறித் தான் ஒருவனே சாம்பனை மீட்டு அந்தப் பெண்ணையும் அழைத்துக்கொண்டு சென்று மணம் முடிப்பதாய்ப் பெருமுழக்கம் செய்தான்.

"இந்த அத்தினாபுரத்தையே அழித்துவிடுகிறேன்" என்று ஆரவாரித்துக் கொண்டு தன் கலப்பையால் தரையைத் தாக்க அந்த நகரமே அதிர்ந்தது. நகரத்துப் பெருந்தூண் ஒன்றைச் சாய்க்க அந்த நகரமே ஒரு பக்கமாகச் சாயத் தொடங்கியது.

தெய்வ சக்தி நிரம்பிய வலிமை மிக்க பலராமனின் சீற்றத்தின்முன் அவர்களால் நிற்க முடியவில்லை. தாம் தனிமனிதன் ஒருவன் செய்த தவற்றுக்காக ஓர் இனத்தையே தாக்கித் தரக் குறைவாகப் பேசியது தவறு என்பதை உணர்ந்தனர். சாம்பனைக் கண்டிக்க போய் வீண் வம்பில் அகப்பட்டுக் கொண்டோமே என்று வேதனைப்பட்டனர்; தம் வருத்தத்தைத் தெரிவித்து மன்னிக்குமாறு வேண்டினர்.

துரியன் தன்மகள் வாழ்க்கையைப் பாழ்படுத்த விரும்பவில்லை, தொட்டவனே அவளை மணக்க வேண்டும் என்ற கட்டாயம் இருந்ததால் அவர்களும் சினம் ஆறி மனம் மாறி அடங்கி அழகாக அவர்களுக்கு அனைவரும் முன்னிருந்து மணம் முடித்து பலராமனோடு துவாரகைக்கு அனுப்பி வைத்தனர். கண்ணனின் பெயரன் என்பதால் அவளும் மனம் இழைந்து அவனோடு வாழ்க்கைத் துணைவி ஆதற்கு இசைந்தாள். முரடனாக இருந்தாலும் அவன் வீரன் என்பதை இந்த எதிர்ப்பில் கண்டனர். மகாவீரன் என்பதால் அவளை மணக்க அவனுக்குத் தகுதி உண்டு என்று அனைவரும் ஒப்புக்கொண்டனர். அவளும் தன்னை மணப்பவன் ஒரு மாவீரன் என்பதால் மன நிறைவு கொண்டாள்.

துவிதனின் எதிர்ப்பு

நரகாசுரன் மறைந்ததை எண்ணி, அவன் நண்பர்களில் ஒருவனாகிய துவிதன் என்பவன் பலராம கிருஷ்ணரைப் பழிவாங்குவது என உறுதி கொண்டான். இவன் வானர இனத்தைச் சார்ந்தவன். "தேவர்க்கும் மனிதர்க்கும் அழிவு செய்வேன்" என்று தீர்மானித்துத் தொடர்ந்து தீமைகள் செய்தான். அஞ்ஞான வெறியால் வேள்விகளை அழிப்பதும், சாதுக்களை மிரட்டுவதும், விலங்குகளைக் கொல்வதும், ஊர்களைக் கொளுத்துவதும், மலைகளைக் கடலில் போடுவதும், கடலைக் கலக்குவதும், கரையில் உள்ள மீனவர்களை விரட்டுவதும், பயிர்களை அழிப்பதும் செய்துவந்தான். அதனால், உலகம் தன் கடமைகளை ஒழுங்காகச் செய்ய முடியாமல் போயிற்று.

இவ்வாறு தொடர்ந்து அவன் நடந்து கொண்டிருந்தான். பலராமன் ஒருநாள் ரைவதம் என்கிற பருவதத்தில் ரேவதி தேவியோடும் மேலும் சில தேவிமாரோடும் நந்தவனத்தில் மது அருந்திவிட்டு ஆட்டமும் பாட்டுமாய்க் களித்திருக்கும் வேளையில் அவனிடம் சென்று தன் குறும்புகளைக் காட்டினான். அவனை நோக்கிப் பல்லிளித்து எக்களித்தான்; அவன் தேவிமாரிடத்தும் நகைத்தும் குதித்தும் தொல்லைகள் தந்தான்; பலராமன் வைத்திருந்த ஆயுதங்கள் ஆகிய கலப்பையையும் உலக்கையையும் எடுத்துக் கொண்டு அவனை நையாண்டி செய்தான். அவர்கள் வைத்திருந்த பண்டம் பாத்திரங்களைக் கவிழ்த்தும் எறிந்தும் எரிச்சலை ஊட்டினான். பலராமன் அவனை வெருட்டிப் பார்த்தான். மிரட்டிப் பார்த்தான்; உலக்கையைக் கையில் எடுத்த போது மலைக்கல்லை எடுத்து அவன்மீது வீசினான். அதை உலக்கையால் தடுத்து நொறுக்கித் தூள் ஆக்கினான். அந்த வானரன் உலக்கையை மீறி அவன் மார்பில் ஒரு அறை விட்டான். உடனே அவன் மிகவும் சினந்து தம் கை முஷ்டியினால் அக்குரங்கன் தலையில் அடிக்க, அவன் துடித்து உயிர்நீத்தான்.

சராசந்தன் வதம்

அரக்கு மாளிகையினின்று தப்பிச் சென்று வெளியேறிய பாண்டவர்கள் திரௌபதியை மணந்த போது வெளிப்பட்டனர்; பின்பு நடைபெற்றவை; அக்கினிக் கடவுளிடமிருந்து அர்ச்சுனன் காண்டீபம் என்னும் வில்லினைப் பெற்றான்; அதிலிருந்து தப்பித்துச் சென்ற மயன் என்பவனைக் கொண்டு இந்திரப்பிரத்தம் என்னும் நகரை நிர்மாணித்து அங்கே இருந்து அவர்கள் இராச சூயயாகம் நடத்த ஏற்பாடு செய்தனர். அதில் கலந்து கொள்ளக் கண்ணன் இந்திரப்பிரத்த நகர் வந்தான்.

சராசந்தன் இருக்கும்வரை கண்ணனுக்கு எப்பொழுதும் தொல்லைகள் இருந்துகொண்டு வந்தன; பாண்டவர்களும் அமைதியாக வாழ முடியாது; அதனால் அவனைக் கொன்று முடிக்கவேண்டிய தேவை ஏற்பட்டது. அவனைக் கொல்லத் தக்க ஆற்றல் வீமன் ஒருவனிடம்தான் இருந்தது; அதனால், இந்திரப்பிரத்தம் சென்ற பிறகு முதல் வேலையாகச் சராசந்தனைக் கொல்ல முயற்சிகள் எடுத்துக் கொண்டான்.

அவனைச் சந்திப்பது என்றால் பிராமணர்களாய்ச் சென்றால்தான் முடியும் என்று தீர்மானித்தான். மற்றவர்கள் காவல் கடந்து உள்ளே செல்ல இயலாமல் இருந்தது. அதனால், அந்தணர் வடிவு கொண்டு கண்ணனும், வீமனும், (பீமன்) அர்ச்சுனனும் அவன் அவைக்குள் நுழைந்தனர். அவர்கள் பசுத்தோல் போர்த்திய புலிகள் என்பதைச் சராசந்தனால் அறிந்துகொள்ள முடிந்தது; அவர்கள் தோளில் இருந்த தழும்புகள் அவர்களைக் காட்டிக் கொடுத்தன.

"நீவிர் யாவிர்?" என்று கேட்டான். கண்ணன், வீமன், அர்ச்சுனன் என்பதை அவர்கள் அறிவித்தனர்.

"எதற்காக வந்தீர்கள்?" என்று கேட்டான். உன்னோடு மற்போர் செய்ய" என்றனர். "மற்போர் எதற்காக" என்றான்.

"சேனைகள் மடிவதைத் தடுக்க" என்றான் கண்ணன். களம் குறித்துப் போர் செய்ய உள்ளம் கொண்டான்.

"நீ எனக்கு அஞ்சித் துவாரகைக்கு ஓடி ஒளிந்து கொண்டாய்; அருச்சுனன் இளையவன்; வீமன்தான் எனக்கு நிகராவான்" என்று உரைத்தான்.

களம் அமைத்து மற்போர் தொடங்கினர்; வீமன் களம் கண்ட வீரன்; இடும்பனை இடியெனத் தாக்கியவன்; இசகனைப் பிளந்தவன்; பகனைக் கொன்றவன். இப்பொழுது அவனுக்குக் கிடைத்தது சராசந்தன். இருவரும் வலிமையில் நிகரானவராய் இருந்தனர்.

கதாயுதம் கொண்டு ஒருவரை ஒருவர் தாக்கிக் கொண்டனர்; அதுவே வீமனுக்குக் கைவந்த கருவி. காலையில் தொடங்கி மாலைவரை பொருதனர்; சத்தம் வந்ததேயன்றி அவன் சரித்திரத்தை முடிக்க இயலவில்லை; இருபத்து ஏழு நாள்கள் சென்றன. அவனை இரு கூறு படுத்தினாலும் அவை ஒன்று சேர்ந்துவிட்டன.

என்ன செய்வது என்று வீமனுக்கு வழி தெரியவில்லை. கண்ணனைப் பார்த்தான். அவன் ஒரு தருப்பைப்புல்லை எடுத்துச் சரிபாதியாய்க் கிழித்து அத் துண்டுகளை இடம் மாற்றித் தலைகீழ் வைத்துக் காட்டினான். கண்ணன் காட்டிய குறிப்பை அறிந்து வீமன் செயல்பட்டான்.

சராசந்தன் உடலை இருபாதியாகக் கிழித்து அக்கூறுகளை இடம்மாற்றி வைத்தான்; அவை கூடவே இல்லை; அதற்கு முன்னால் அவன் எப்படி அழித்தாலும் உயிர் போகவில்லை. அதோடு சராசந்தன் சரித்திரம் முடிந்தது. இதற்குக் காரணம் யாது?

அவன் தந்தை குழந்தை இல்லாமல் ஒரு முனிவரை அணுக, அவர் ஒருகனியைத் தந்து தனக்கு விருப்பமான மனைவியிடம் தருமாறு கூறினார். அவன் தன் மனைவியர் இருவர்பாலும் நிகரான அன்பு செலுத்தியதால் அவர்களுக்குச்

சரிபாதி தந்தான்; அவர்களும் சரிபாதி குழந்தைகளாக இருதனிக் கூறுகளைப் பெற்றனர். அவற்றை மதிலுக்கு வெளியே தூக்கி எறிந்து விட்டனர். பிணந்தின்னும் சரை என்ற அரக்கி அவற்றை எடுத்துப் பார்த்தாள்; இரண்டையும் ஒன்று சேர்த்துப் பார்த்தாள்; அவை ஒட்டிக் கொண்டன. முழுக் குழந்தையாகிக் குரல் கொடுத்து அழுதது. இஃது அரசனின் மகனாய் இருக்க வேண்டும் என்று கருதி அதன்பால் மதிப்பும், மரியாதையும் காட்டினாள்; அரசர் இல்லில் விட்டுவிட்டுச் சென்று விட்டாள். சரையால் அவன் சந்து செய்விக்கப் பட்டதால் சராசந்தன் என்ற பெயர் அவனுக்கு உண்டாகியது.

அதனால்தான் கண்ணன் அவனை இருபிளவாக ஆக்குமாறு குறிப்புக் காட்டினான். தலைகீழாகப் போட்டு விட்டதால் அவன் ஒன்று சேர முடியாமல் போய்விட்டது.

சிசுபாலன் மறைவு

அடுத்த பகைவன் கண்ணனுக்குச் சிசுபாலனாக அமைந்தான். கண்ணனைப் போல அழகும் வசீகரமும் உடைய அவன் பிறக்கும் போது நான்கு கரங்களோடு பிறந்தான். கடவுள் பிறப்பு என்று யாரும் அவனை அதற்காக வணங்கிப் போற்றவில்லை. அவன் மிகைப்பட்ட கைகள் அவன் தகைமைக்கு ஏற்றவையாய் இல்லை. அவன் தாய்க்கு அதே கவலையாய் இருந்தது.

யார் அவனை மடியில் வைத்துக் கொள்கிறார்களோ, அவன் மிகைப்பட்ட கைகள் அப்பொழுது மறைந்து விடுகின்றனவோ அவர் கையாலேயே அவனுக்கு மரணம் நேரிடும் என்று தெய்வ வாக்குச் சொல்லி இருந்தது. அசரீரி கூறிய அந்தச் சொற்கள் அவன் தாய்க்குக் கேட்டன.

சிசுபாலன் கண்ணனின் அத்தை மகன்; அதனால், அவனைத் தூக்கி எடுத்துத் தன் மடியில் வைத்துக் கொண்டான். அவன் அதிகமான கைகள் மறைந்து விட்டன. அவள் அன்னை

அளவில்லா மகிழ்ச்சி அடைந்தாள்; கண்ணனால் அவனுக்கு மரணம் நேருமே என்பதை அவளால் நம்ப முடியவில்லை, எனினும்,அவன் பிழைகள் நூறு செய்தாலும் பொறுத்துக் கொள்ள வேண்டினாள்.

கண்ணனுக்கு அவன் தாயின் சொற்கள் நினைவுக்கு வந்தன. அதனால்தான் அவனை இதுவரை நேருக்கு நேர் எதிர்க்காமல் தள்ளி வந்தான். ருக்குமணியைக் கடத்திச் சென்றபோது ஒருமுறை அவன் எதிர்த்துப் பின்னடைந்து இருக்கிறான்.

பாண்டவர்கள் நடத்திய இராசசூய யாக வேள்விக்குச் சிசுபாலனும் அழைக்கப்பட்டிருந்தான். கண்ணன், துரியோதனன், வீடுமன், கிருபன், விதுரன், மற்றும் உள்ள பெரியவர்களும் உறவினர்களும் வந்திருந்தனர். முதற்பூசை ஏற்பதற்குத் தகுதி யாருக்கு என்ற வினா எழுப்பப்பட்டது. தருமன் கண்ணனையே முதற்பூசை ஏற்குமாறு வேண்டினான். யாரும் அதற்கு எதிர்ப்புத் தெரிவிக்கவில்லை. "அவன்தான் தலைவன்; முதன்மையன்; மதிப்பில் உயர்ந்தவன்" என்று ஒப்புக் கொள்ள வேண்டிய சூழ்நிலை ஏற்பட்டது; துரியனும் வாய் திறக்கவில்லை.

சிசுபாலன் எழுந்தான். குருகுலத்துக்கு இடையர் குலத்தவன் தலைவன் என்பதை அவனால் ஏற்றுக் கொள்ள முடியவில்லை. "செங்கோல் ஏந்தும் அரசர்க்கு வெறுங்கோல் ஏந்திப் பசுக்களை மேய்க்கும் இடையனா தலைவன்? கோபியருடன் கோலாகல வாழ்க்கை நடத்திய கோவிந்தனா அரசர்க்குத் தலைவன்? சிறையில் பிறந்தவன் ஒரு குற்றவாளி அல்லவா? அவனுக்கு எப்படி உயர்வு தரலாம்? கோபியரை அவன் மயக்கிவிடலாம்; கோவேந்தரை ஏமாற்ற முடியாது" என்று அவன் பிறப்பையும், குடியையும், ஒழுக்கத்தையும் தொடர்ந்து இழித்துப் பேசினான்.

நூறு பிழை செய்யும்வரை கண்ணன் பொறுமை காட்டினான். இப்படியே அவன் அடுக்கிக் கொண்டு போனால் மற்றவர்கள் எதிர்க்க நேரும்; அரசர்களுக்குள் வீண்மோதல்கள் நிகழும்;

கட்சிகள் ஏற்படும்; குழப்பங்கள் நேரும். அதனால், தானே எழுந்து அவனை இழுத்து வந்து தன் சக்கரத்தை ஏவி அவன் சிரசைத் தனிப்படுத்தினான். கண்ணன் முன் பச்சைக் குழந்தையாய் அவன் நடந்து கொண்டான். சாது மருண்டால் காடு கொள்ளாது என்ற நிலைமை அங்கு உருவாயிற்று; கண்ணனுக்கு எதிர்ப்பாய் யாரும் தொடர்ந்து முணுமுணுக்கவும் இல்லை. கண்ணன் முதற்பூசை பெற வேள்வியும் இனிது நடைபெற்றது.

அந்த வேள்வியில் அவர்கள் கட்டிய மண்டபம் கண்டு அரசர் மகிழ்ந்தனர். துரியன் கல்லுக்கும், நீருக்கும் வேறுபாடு அறியாமல் தடுக்கி விழுந்தான். அதனைக் கண்டு திரௌபதி நகைத்தாள். அஃது அவனுக்குப் பகையை உண்டாக்கியது. அவர்கள் செல்வத்தையும், செழிப்பையும் கண்டு பொறாமை கொண்டான்.

அவர்களைத் தம் அரண்மனைக்கு அழைத்துச் சூதாட வைத்து அவர்களின் நாட்டைக் கவர்ந்து கொண்டு காட்டில் வாழச் செய்தான். தொடர்ந்து அவர்களுக்குத் துன்பம் விளைவித்தான்.

அருச்சுனன் சுபத்திரை திருமணம்

இராச சூய யாக வேள்வி நடத்துதற்குமுன் அருச்சுனன் தீர்த்த யாத்திரை செல்ல நேரிட்டது. தருமனும் திரௌபதியும் சோலையில் இனிது அமர்ந்து உரையாடச் சென்றிருந்தபோது வில்லும் அம்பும் எடுப்பதற்காக அருச்சுனன் வீட்டுக்குள் நுழைந்தான்; இருவரும் தனிமையில் இருந்தபோது அவன் அவர்களைப் பார்த்ததால் அந்தப் பாவம் தீர அவன் தீர்த்த யாத்திரை சென்றான்.

அப்பொழுது அவன் தலயாத்திரையில் தெய்வக் கோயில்களை வணங்கியதோடு நங்கையர் சிலரைக் காதலித்து மணம் செய்துகொண்டான். உலூபி என்ற நாகக்

கன்னியையும், மதுரையில் பாண்டியன் மகள் சித்திராங் கதையையும் மணந்து பின் வீடு திரும்புகையில் சுபத்திரையை மணந்து கொண்டான்.

சுபத்திரை தேவகியின் மகள்; கண்ணனின் தங்கை; அவள் இருந்த துவாரகைக்குத் துறவி கோலத்தில் யோகீசுவரன் போல் அருச்சுனன் வந்தான்.

மடத்தை இடமாகப் பிடித்துக் கொண்டு உட்கார்ந்தான். ஒரு சக்தி வாய்ந்த யோகி என்று பலரும் வந்து வணங்கிச் சென்றனர். விபூதியும் குங்குமமும் பெற்றுச் சென்றனர். பலராமனும் அவனை ஒரு சந்தியாசி என்று நம்பி அவனை வழிபட்டுக் குங்குமமும் விபூதியும் வாங்கிச் சென்றான்.

கண்ணன், வந்தவன் யார் என்பதை அறிந்தவன். அதனால், தன் தங்கையிடம் "இங்கே இவரைக் கவனித்துக் கொள்ளவும்; இவருக்கு வேலை செய்யவும்" என்று விட்டு வைத்தான்.

அர்ச்சுனனை யார் என்று இவள் அறிந்து கொண்டாள். இருவரும் காதலை வளர்த்துக் கொண்டனர். பலராமன் சிவனை வழிபட வெளியே சென்றிருந்த சமயம் சுபத்திரையே தேர் ஓட்டிக்கொண்டு அர்ச்சுனனோடு உடன் போக்கு மேற்கொண்டாள்.

பலராமன் எதிர்க்க வந்தான். கண்ணன் கேட்டுக் கொண்டான்; அவள் அவனைக் காதலித்து மணம் செய்து கொள்கிறாள் என்று விளக்கம் சொன்னான். கண்ணன் தங்கைக்குத் தன் வாழ்த்தினையும், சீர்களையும் அனுப்பினான்.

துவாரகையில் கண்ணனுக்கு எதிர்ப்புகள்

பாண்டவர்களுக்குத் தூது செல்லக் கண்ணன் அத்தினாபுரம் சென்றிருந்தான். இதுதான் சமயம் என்று சிசு பாலனின் நண்பனான சாலுவன் சிவனை நோக்கித் தவம் செய்து

வரங்கள் பெற்று வலிமை பெற்றவனாய் விளங்கினான். மயன் என்னும் அசுரத் தச்சனைக் கொண்டு போர் விமானம் ஒன்றனைப் படைத்துக் கொண்டான்; அஃது எங்கு இறக்கினாலும் அப்பகுதி நாசமாயிற்று; அதனைத் துணையாய்க் கொண்டு படைகளையும் அனுப்பி மதுரா நகருக்கு நாசம் விளைவித்தான். அவனை எதிர்த்து யாதவ வீரர்களான பிரதியும்னன் சாம்பன் முதலியவர்கள் தம் வலிமை கொண்டு போராடினர்;

சிசுபாலனைக் கொன்றதால் அவன் நண்பனான சாலுவன் வந்து முற்றுகை இடுவான் என்று சந்தேகப்பட்டுக் கண்ணன் துவாரகைக்கு விரைந்தான். பலராமனும் உடன் வந்தான். பலராமனைத் துவாரகையைக் காக்கும்படி அனுப்பிவிட்டுச் சாலுவனைத் தேடிக் கண்ணன் சென்ற போது அவனை வளைத்துக் கொண்டான். இருவருக்கும் விற்போர் நிகழ்ந்தது. அவன் ஒருசூழ்ச்சி செய்தான். இராவணன் மாயாசனகனைக் கொண்டு சீதையை மருட்டியது போலக் கண்ணனின் தந்தையாகிய வசுதேவரின் தோற்றத்தை ஒருவன் முன் நிறுத்திக் காட்டி அவனை வெட்டச் செய்தான். கண்ணன் சற்று அயர்ந்து விட்டான்; என்றாலும், இது மாயையாகத்தான் இருக்க வேண்டும் என்று உறுதியாய் இருந்தான். பலராமன் அங்கு இருக்கும் வரை இவன் ஆள்கள் உள்நுழைய முடியாது என்பதில் உறுதியான நம்பிக்கை இருந்தது. பின் தொடர்ந்த போரில் தன் சக்கராயுதம் கொண்டு அவன் சிரத்தைக் கொய்து கொன்றான்.

அவன் இறப்பினைப் பழிதீர்க்க அவன் நண்பனான தந்தவக்கிரன் என்பவன் படைகள் எதுவும் இன்றித் தனித்துப் போர் செய்ய வந்தான்; கையில் கதாயுதம் வைத்திருந்தான். கண்ணனும் தன் கையில் இருந்த கவுமோதகி என்னும் பெயருடைய கதாயுதத்தால் அவன் கதையை முடித்தான். அவனைத் தொடர்ந்து அவனுடைய தம்பி விதூரதன் வாள்கொண்டு வர, அவனைத் தன் சுதர்சனம் என்னும் சக்கரத்தால் சிரத்தை அறுத்து முடித்தான்.

குசேலரின் நட்பும் பெட்பும்

துவாரகையில் உள்நாட்டுப் பூசல்களும் எதிரிகளும் தாக்குதல்களும் இன்றி அமைதியாக இருந்த நாள்களில் கண்ணனைத் தேடிக்கொண்டு அவன் ஒருசாலை மாணவராய் இருந்த குசேலர் வருகை தந்தார். சுதாமன் என்ற மற்றொரு பெயர் அவருக்கு உண்டு. பொருள்மீது வேட்கையின்றி இறைவன் அருள்மீது நாட்டம் கொண்டு வாழ்ந்தார். அவருக்கு நிறைய பிள்ளைகள்; மனைவி பொறுமை மிக்கவள்; வறுமையால் வாடினர். இக் குழந்தைகளின் பசிக் கொடுமை தாங்கமாட்டாமல் அவர் மனைவியார் அவரை அவர் நண்பனான கண்ணன் செல்வ நிலையில் இருப்பதால், அவனைப் பார்த்து ஏதாவது கேட்டுப் பெற்றுவரும்படி தூண்டினாள்.

நண்பனைப் பொருள் கேட்பது இழிவு என்பதால் முதலில் அவர் ஒப்புக்கொள்ளவில்லை. எனினும், அவனைப் பார்க்கும் ஒருவாய்ப்புக் கிடைப்பதால் பின்னர் ஒப்புக்கொண்டார்.

வெறுங்கையோடு போவது சரியன்று என்பதால் தம் மனைவி இடித்துத் தந்த அவல் அரிசியை ஒருசிறு துணியில் கட்டிக்கொண்டு போனார். இந்த ஏழை எளிய பிராமண முதியவரைக் கண்டு இரக்கம் காரணமாய் அவரை உள்ளே அனுமதித்தனர். கண்ணன் பக்கத்தில் ருக்குமணி இருந்தாள். கண்ணன் முகமலர்ச்சியைக் கண்டு வியந்தாள். பழைய நட்புபற்றியும் ஆசிரியரோடு அவர்கள் பழகிய செய்திகளைப் பற்றியும் பேசினர்.

தனக்குத் தின்ன என்ன கொண்டு வந்திருக்கிறார். என்று பார்த்தான். அவர் 'தான் கொண்டு வந்தது ஒன்றும் இல்லை' என்று கூறினார்; 'அவல் அரிசி' என்று சொல்வதற்கு வெட்கப்பட்டார்.

"அந்த முடிச்சு என்ன?" என்றான்.

"அவல்!"

ஒருபிடி வாங்கி வாயில் போட்டுக் கொண்டான்.

"இன்னொரு பிடி" என்றான். அவன் கையை உருக்குமணி தடுத்துப் பிடித்துக் கொண்டாள்.

"வேண்டாம் இது போதும்; உடம்புக்கு ஆகாது" என்றாள்.

அந்த ஒருபிடி அவலுக்கே அவன் வறுமை நீங்கி விட்டது; குவிந்த செல்வம் அடுத்த தலைமுறைக்கும் போதும் என்று கூறும் அளவிற்கு நிறைந்துவிட்டது.

வாய்திறந்து இது வேண்டும் என்று சுதாமன் கேட்கவே இல்லை.

வீடு திரும்பியதும் வறுமை தன் சரித்திரத்தை முடித்துக் கொண்டது. மனைவி பூரித்து விட்டாள்; அடையாளமே தெரியவில்லை; சிறுவர் எல்லாரும் புதிய உடைகள் அணிந்து கொண்டு மகிழ்ச்சியோடு காணப் பட்டனர். எல்லாம் கண்ணன் அருள் என அறிந்து அவன் நினைவில் வாழ்ந்தனர்.

பாரதப் போரில் கண்ணன்

துரியனின் அவையில் திரௌபதி அழுது அரற்றிய போது துகில் தந்து அவள் மானத்தைக் காத்தான்; காட்டில் வாழ்ந்தபோது அவ்வப்பொழுது தக்க நேரத்தில் சென்று உதவினான். நாட்டைத் திரும்பக் கேட்கக் கண்ணன் தூது சென்றான்; அங்கே கண்ணனைக் கொல்லத் துரியன் சூழ்ச்சி செய்திருந்தான். அவன் இருந்த ஆசனத்தின்கீழ் குழி தோண்டி அங்கு மல்வீரர்களை வைத்திருந்தான். கண்ணன் குழியில் விழுந்ததும் அம் மல்லர்களை அழித்து மேல் எழுந்தான்.

விதுரன் வீட்டில் தங்கி இருந்து துரியனையும் விதுரனையும் பிரித்து வைத்தான். அசுவத்தாமனைத் தலைமை தாங்காமல்

துரியோதனன் சந்தேகம் கொள்ளும் படி செய்தான்; குந்திக்குக் கன்னன் தன் மகன் என்பதை உணர்த்தி அவளை அவனிடம் அனுப்பி வரங்களைக் கேட்கச் செய்தான். நாக அத்திரத்தை இரண்டாம் முறை ஏவுவது இல்லை என்றும், அர்ச்சுனனைத் தவிர மற்றைய நால்வரைக் கொல்வது இல்லை என்றும் உறுதிகள் கேட்டுப் பெறச் செய்தான்; இந்திரனை விட்டுக் கன்னனின் கவச குண்டலங்களைப் பெறச் செய்தான். அருச்சுனனுக்குச் சாரதியாகத் தேர் ஓட்டினான். அவன் சோர்வு கொண்ட போது கீதையை உபதேசித்துப் பீஷ்மரைக் கொல்ல அருச்சுனனுக்கு வழி கற்றுத் தந்தான்; கிருபனைப் பாசத்தால் கொல்லப் போர்க்களத்தில் தருமனைக் கொண்டு ஒரு பொய் சொல்ல வைத்தான். சயந்தரனைக் கொல்லத் தன் சக்கரத்தால் சூரியனை மறைத்தான்; அவன் பொழுது சாய்ந்து விட்டது என்று வெளியே தலை காட்டினான். அர்ச்சுனன் அவனைக் கொன்று முடித்தான்; கன்னன் நாகாத்திரம் விட்டபோது தேரைச் சற்றுக் கீழே அழுத்திக் குறி தப்பச் செய்தான். அபிமன்யுவின் மனைவி உத்திரை என்பவளுடைய கருவை நோக்கி அசுவத்தாமன் ஏவிய அத்திரத்தைத் தாக்குதலினின்றிக் காத்தருளினான். பாண்டவர் வமிசமே இச்செய்கையால் காக்கப்பட்டது.

அசுவத்தாமன் விட்ட பிரமாத்திரத்தை அர்ச்சுனனைக் கொண்டு தடுத்து நிறுத்தினான். துரியன் மரணத்துக்கு அவன் உயிர்நாடி தொடையில் இருக்கிறது என்று வீமனுக்குக் குறிப்புத் தந்து அவனுக்கு உதவி செய்தான். சகாதேவனுக்குப் பாரதப் போரில் ஐவரையும் காப்பதாக உறுதி தந்திருப்பதால் அவ்வாறே அவர்களுக்கு இறுதிவரை துணையிருந்து பாரதப் போரை முடித்துக் கொடுத்தான்.

கண்ணன் அவதாரம் முடிவு பெறுதல்

பாரதப்போரில் கண்ணன் நேரிடையாகப் பங்கு கொண்டதால் பலராமன் தனக்கு வேண்டிய மாணவனாகிய

துரியோதனனுக்கு நேரிடை உதவி செய்ய முடியாமல் போய்விட்டது. விதுரனும் பலராமனும் கோயில் தலங்கள் சென்று வழிபட வெளியேறி விட்டனர்; பலராமனின் சேனைகள் துரியனுக்குத் துணை செய்தன. கண்ணன் அதை மறுக்கவில்லை கண்ணன் பூமியின் சுமையைக் குறைக்கப் பிறந்தான். இதனைச் சகாதேவன் நன்கு சுட்டிக்காட்டினான்.

கண்ணன் தூது போதற்கு முன் ஐவரையும் அவரவர் மனக்கருத்து யாது? என்று கேட்டான். சகாதேவன் மட்டும் "உன் மனக்கருத்து எதுவோ அதுவே என் மனக்கருத்து" என்று கூறினான். 'பாரதப்போர் வாராமல் தடுக்க முடியுமா?' என்று கண்ணன் கேட்டான்.

"கன்னனை அரசனாக்க வேண்டும்; அவனோடு சபதமொழி பேசிய அர்ச்சுனனை முதலில் கொல்ல வேண்டும்; முடிக்காமல் இருக்கும் திரௌபதியின் கூந்தலைக் களைந்து மொட்டை அடிக்க வேண்டும்; அப்பொழுது வீமனின் சபதத்துக்கு வேலை இல்லாமல் போய்விடும்; அதைவிட உன்னைக் கட்டிப்போட்டு விட்டால் பாரதப் போரே நிகழாது" என்று அழகாகக் கூறினான்.

கண்ணன்தான் பாரதப் போர் மூளுதற்கும், முடிதற்கும் காரணம் என்பதைச் சொல்லி முடித்தான்.

"நீ பாரத அமரில் யாவரையும் நீறுஆக்கிப் பூபாரம் தீர்க்கப் புரிந்தாய்; புயல்வண்ணா;"

என்று கூறுகிறான். பூபாரம் தீர்க்கும் கடமையைக் கண்ணனும் முடித்துவிட்டான்.

பாரதப்போருக்குப் பின்னும் பூசல்கள் நீண்டு கொண்டே இருந்தன. பலராமன் கட்சி, கண்ணன் கட்சி என்று இருவேறு கட்சிகள் உண்டாயின. யாதவர்களே ஒருவரை ஒருவர் அடித்துக்கொண்டு செத்துக் கொண்டிருந்தனர்.

கண்ணனால் அவரவர் அறிவின்மையால் அடித்துக் கொண்டு சாவதை நிறுத்த முடியவில்லை. அவர்களே தமக்கு எதிரிகளாக மாறிவிட்டனர். சின்னச் சின்ன விஷயங்களுக்கெல்லாம் அவர்கள் தங்களுக்குள் சண்டை யிட்டுக் கொண்டனர். மது அருந்தி மதி கெட்டனர். "நான் சமைத்த அன்னம் சிறந்தது. நீ சமைத்தது தாழ்ந்தது" என்று சின்ன விஷயங்கள் பேசிச் சினம் கொண்டு ஒருவரை ஒருவர் அடித்துக் கொண்டனர்.

அவர்கள் தத்தம் ஆயுதங்களைக் கொண்டனர்; தாக்கி அவை எல்லாம் போதவில்லை என்று கடற்கரையில் கோரை முள் வடிவத்தில் மறைந்திருந்த உலக்கையை எடுத்துக்கொண்டு தாக்கிக் கொண்டனர், உலக்கை ஒன்று துகளாகி அது கோரைப்புல்லாக வளர்ந்துவிட்டது. அதன் பின்னணியில் ஒரு நிகழ்ச்சி இருக்கிறது.

விசுவாமித்திரர், கண்ணுவ முனிவர், நாரதர் இம்மகா முனிவர்களை யாதவ இளைஞர் சந்தித்தனர். பிண்டாரகம் என்னும் நதியின் கரையில் அவர்கள் இருந்தனர்; கர்வம் பிடித்த இந்த யாதவ இளைஞர்கள் சாம்பவதியின் மகனான சாம்பனைப் பெண் பிள்ளையைப் போல் அலங்கரித்து அம் முனிவர்களின் முன்நிறுத்தி, "இப் பெண்பிள்ளை பிள்ளை தாய்ச்சி, இவள் பெறப்போவது பெண்ணா? பையனா?" என்று கேட்டனர் அவர்களுக்குக் கோபம் வந்து விட்டது."உலக்கை" என்றனர். அவர்கள் இட்ட சாபப்படி அவனுக்கு ஓர் உலக்கை பிறந்து விட்டது; இரும்பு உலக்கை; அதனை உக்கிரசேனன் பொடியாக்கிக் கடற்கரையில் போட அப்பொடி கோரைகளாய் முளைத்தன. அதன் மிகுதித் துண்டு ஒன்று அம்பின் முள்ளைப் போன்று இருந்தது. அதையும் கடலில் தூக்கி எறிய, அதனை ஒருமீன் விழுங்கி விட்டது. அதனைச் செம்படவர் அரிந்த போது அதன் வயிற்றில் இருந்த அவ் இரும்பு முள்ளை எடுத்துப் போட அவ்வழி வந்த வேடன் ஒருவன் தன் அம்பில் செருகிக் கொண்டான். இந்த அம்பு மிகக் கூரியது.

இந்தக் கோரைப் புல்களைப் பிடுங்கிக் கொண்டு ஒருவரை ஒருவர் தாக்கிக்கொண்டு சர்வ நாசம் அடைந்தனர். பலராமனும் வாழ்க்கையில் விரக்தி அடைந்து யோக நெறியில் நின்று தம் தேகத்தைவிட்டு விட்டுத் தன் பழைய நிலையை அடைந்தான். கண்ணனும் தாருகன் என்ற அவனுடைய தேர் ஓட்டியும் மட்டும் எஞ்சினர்.

தாருகனை அனுப்பி அருச்சுனனை அத்தினாபுரத்திலிருந்து வரச்செய்தான். மேலும் தேவதூதுவனாகிய வாயுதேவன் கண்ணனைச் சந்தித்துத் தேவர்கள் அவனை அழைப்பதாகக் கூறினான். "யாதவர்களையும் இன்னும் ஏழு இரவுகளில் அழித்துவிட்டு இந்தத் துவாரகையைக் கடல் அரசனுக்கு ஒப்புவித்து விடுவேன். கடல்கோள் வந்து துவாரகையை அழித்துவிடும். பூபாரம் தீர்ந்து கடமை உணர்வோடு நான் திரும்புகிறேன்" என்று சொல்லி அவனை அனுப்பினான்.

கண்ணன் தன் கடமைகள் எல்லாம் முடிந்து விட்டன என்ற மனநிறைவோடு யோகநிலையில் தனித்து உலக பந்தங்களில் இருந்து விலகிப் பிரபஞ்சத்துக்கு அப்பாற்பட்ட தன் சுய அதீதநிலையில் நின்று பரப்பிரம்மமாக இருந்தான். அவ்வழி வந்த வேடன் அவன் திருவடிகளை மான் என நினைத்து அம்பு எய்தான். கோரை முள் முனை உடைய அம்பு ஆதலின் அது அவன் விடுதலைக்குத் துணை செய்தது. வந்து பார்த்தான். கண்ணன் கதறினான்.

"நீ தவறு செய்யவில்லை. எனக்குப் பணி முடிந்து விட்டது. எனக்கு நீ இறுதி உதவி செய்தாய்" என்று அவனைத் தேற்றினான்.

அருச்சுனன் கண்ணனின் அழைப்பைக் கேட்டு ஓடோடி வந்தான்; கண்ணனுக்கும் பலராமனுக்கும் தன் கையால் ஈம எரியை ஊட்டினான். கண்ணனின் பத்தினியர் அனைவரும் கனலில் பாய்ந்து உயிர்விட்டனர். ரேவதியும் பலராமனோடு எரியில் எரிந்தாள். இச் செய்தியைக் கேட்ட உக்கிரசேனரும்,

வசுதேவரும், தேவகியும், ரோகிணியும் அக்கினிப்பிரவேசம் செய்தனர்.

கண்ணனுடைய ஏனைய தேவிமார்களையும் மற்றுமுள்ளவர்களையும் அருச்சுனன் அப்புறப்படுத்தி அழைத்து வந்துவிட்டான். கண்ணன் பூலோகத்தைத் துறந்தமையால் சுதர்மை என்கிற தேவ சபையும், பாரிஜாத மரமும் தேவலோகம் போய்ச் சேர்ந்துவிட்டன. பூலோகத்தை விட்டுக் கண்ண பெருமான் போன அதே நேரத்தில் கலி பூமியில் வந்து ஆக்கிரமித்துக் கொண்டான். துவாரகை கடலில் மூழ்கியது. ஆனால், கண்ணனின் திருமாளிகை மட்டும் நிலைத்து நின்றது. கண்ணனின் திருக் கதையை அது சொல்லிக் கொண்டிருக்கிறது. அது திவ்வியத் தலமாக நிலைத்து இருக்கிறது.

அருச்சுனன் எஞ்சிய துவாரகை வாழ்மக்களை அழைத்துக் கொண்டு புறப்பட்டான். பஞ்சநதம் என்கிற தேசம் வளம் மிக்கதாய் இருந்தமையால் அங்கே அவர்களை இருக்கச் செய்து காத்துக் கொண்டிருந்தான். கணவனில்லாத நங்கையர் ஆயிரம் பேரை அவன் கொண்டு போவதைப் பார்த்துக் கள்வர் சிலருக்கு அவர்கள் மீது விருப்பம் உண்டாயிற்று. அருச்சுனன் கையில் காண்டீபம் வைத்திருந்தான். தன்னை யாரும் அணுக முடியாது என்று அஞ்சாமல் இருந்தான். வழியில் இந்தக் கள்வர்கள் தடியையும், தேங்காய் ஓடுகளையும் ஆயுதமாகக் கொண்டு அந்தப் பெண்டிரை வளைத்தனர்.

"உயிருக்கு ஆசை இருந்தால் ஓடிவிடுங்கள்" என்று உரக்கக் கத்தினான். அவர்கள் இவனைப் பொருட்படுத்த வில்லை. களம் கண்ட வீரனான அருச்சுனனும் காண்டீபம் கையில் ஏந்தி அம்பு தொடுத்தான். ஆனால் அதை எய்யும் ஆற்றல் இல்லாமல் போய்விட்டது. பேடியின் கையில் இருக்கும் வாள்போல் பயனற்றுவிட்டது. இவன் பார்த்துக் கொண்டிருக்கும் போதே அப் பெண்டிரை அவர்கள் வளைத்து இழுத்துச் சென்றுவிட்டனர். அவன் விட்ட அம்புகள் அவர்கள் மேல் பட்டன. அவை தொட்டனவே அன்றித்

துளைக்கவில்லை; அம்புகளும் தீர்ந்துவிட்டன. வெறும் வில்லைக் கொண்டு தாக்கினான். அது அவர்களைத் தடவிக் கொடுத்ததே அன்றி எந்த வடுவையும் ஏற்படுத்தவில்லை. எஞ்சியிருந்த பெண்டிரும். இவன் வீரமற்ற செயலைக் கண்டு அவர்களே விரும்பிக் கள்வர் பால் சென்றனர்.

பதவி இழந்த காவல் அதிகாரிகள் நிலைமை இவனுக்கு ஏற்பட்டது. இதே களத்தில் இவன் வில்லெடுத்தாலே பல காத தூரம் ஓடி இருக்கிறார்கள். இவனை ஒரு வீரனாகக்கூட அவர்கள் மதிக்காமல் புறக்கணித்து விட்டனர்; அவனைத் தாக்காமல் அவன் போக்கிலேயே விட்டுச் சென்றனர். மின்சாரம் இல்லாத வெறும் கம்பியாகி விட்டான். இவன் ஏந்திய வில் எந்த அதிர்ச்சியையும் யாருக்கும் உண்டாக்கவில்லை.

இந்த நிலைமைக்குக் காரணம் என்ன? கண்ணன் தன்னை விட்டு நீங்கியமையே என்பதை அறிந்தான்; அவனன்றி ஓர் அணுவும் அசையாது என்ற உண்மையை உணர்ந்தான்; தம்மிடமிருந்தவை வெறும் கருவிகள். அவற்றை இயக்கிய காரணன் இறைவனாகிய கண்ணன். அவன்தான் தன்னை இதுவரை இயக்கியவன் என்பதை அறிந்தான்.

வியாசர் சந்திப்பு

அங்கிருந்து அவன் அத்தினாபுரம் ஏகினான்; வழியில் ஒருகாட்டில் வேதம் வகுத்த வியாச முனிவரைச் சந்தித்தான்; அவர் திருவடிகளைத் தொழுது தன் துயரத்தை விளம்பினான். தான் இனி உயிர் வாழ்வதில் பயனில்லை என்று அலுத்துக் கூறினான்; மானம் இழந்த நிலையில் வாழாமை இனிது எனச் சொன்னான்.

வியாசர் அவனுக்குச் சில உண்மைகளைக் கூறி அறுதல் அளித்தார். "அருச்சுனா! நீ வெட்கப்படாதே; விசனமும் கொள்ளாதே; சகல பூதங்களின் காலகதி இப்படிப்பட்டது தான். நேற்று இருந்தது இன்று மாறும்; உயிர்களும் உலகப் பொருள்களும் காலத்தினால் படைக்கப்படுகின்றன. காலமே

அவற்றை அழித்து விடுகின்றது. கொடி கட்டிப் பறந்தவர்கள் எல்லாம் மண்ணோடு மண்ணாய் மறைந்து விடுவது படைப்பின் இயற்கை. காலத்தின் ஆதீனத்தில்தான் இந்த உலக இயக்கமே அமைந்து இருக்கிறது."

பூமியில் அநீதிகள் தோன்றும்போது நீதிமான்கள் தோன்றி அவற்றை நீக்கப் பாடுபடுகிறார்கள்; புரட்சிகள் வெடிக்கின்றன; யுகங்கள் மாறுகின்றன. தேவர்கள் வேண்டிக் கொள்கிறார்கள். சர்வேசுவரனான தேவன் கண்ணனாக அவதரித்தான்; தீயவர்களை ஒழித்தான்; மாபெரும் மன்னர்களை எல்லாம் மடிய வைத்தான். அவனுடைய அவதாரகாரியம் முடிவு அடைந்து விட்டது. அந்த மாபெருந் தலைவன் இனி பூமியில் நிறைவேற்றத் தக்க செயல்கள் காரியங்கள் யாதும் இல்லை. அதனால் இறைவன் தன்னடிச் சோதிக்கு எழுந்தருளினான்."

'படைக்கும் காலத்தில் படைத்தும், காக்கும் காலத்தில் காத்தும் வந்த இறைவன், அழிக்கும் காலத்தில் அதையும் செய்து முடித்தான். நீ இப்பொழுது அவமானப் பட்டு விட்டதாகக் கருதாதே! புகழோடு நீ வாழ்ந்த காலம் ஒரு காலம்; வீடுமன், துரோணன், கன்னன் இத்தகைய மாவீரர்களை நீ ஒரு காலத்தில் சங்கரித்தாய். அப்பொழுது அவர்கள் தோற்றவர் ஆயினர்; அப்பொழுது ஏற்றம் உனக்குக் கிடைத்தது. இப்பொழுது சாமானிய நிலையில் உள்ளவர்கள் வெறும் தடி கொண்டும், தென்னை ஓடுகள் கொண்டும் உன்னை மருட்டிச் செயலற்றவன் ஆக்கினர்; அன்று நீ அடைந்த வெற்றிக்குத் துணை கண்ணன்; இவர்கள் இன்று அடைந்த வெற்றிக்கும் காரணம் அதே இறையருள்தான். யானைக்கு ஒரு காலம் வந்தால் பூனைக்கு ஒரு காலம் வரும் என்ற பழமொழியை நினைத்துப்பார். இனி நீ பழைய அருச்சுனன் அல்ல. சாதாரணமானவன் ஆகிவிட்டாய்; காலம் உனக்குக் கற்றுத் தந்த படிப்பினை இது; இதுதான் ஞாலத்தின் போக்கு என்பதை அறிந்து தோல்வி கண்டு துவளாமல் இரு" என்றார்.

"துவாரகைப் பெண்டிர் இந்த அவல நிலை அடைந்ததற்குக் காரணம் என்ன?" என்று வினாவினான்.

"முன் ஒரு காலத்தில் அஷ்ட வக்கிரர் என்னும் முனிவர் கழுத்து மட்டும் நீரில் முழுகிக் கடுந்தவம் செய்து கொண்டிருந்தார். அவ்வழியில் அரம்பை, ஊர்வசி, திலோத்தமை முதலிய தெய்வமாதர் அவ்வழியே சென்று கொண்டிருந்தனர். அவர்கள் அம்முனிவரைக் கண்டு வணங்கித் துதித்தனர்."

"அவர் மனம் உவந்து "உங்களுக்கு வேண்டிய வரம் யாது?" என்று கேட்டார்."

"நாங்கள் புருஷோத்தமனான கண்ணனைக் கணவனாக அடைய வேண்டும்" என்று கேட்டனர். "அவ்வாறே ஆகுக" என்று வரம் அளித்தார்.

"அவர் நீரில் இருந்து கரையேறியபோது அவர் கோணலான வடிவம் கண்டு அவர்களுக்குச் சிரிப்பு வந்து விட்டது. அவரைத் தரக்குறைவாக மதித்து ஏளனமாகச் சிரித்து விட்டனர். அவரை இகழ்ந்தனர்; சிரித்தவரைப் பார்த்துச் சினந்த முனிவர், "நீங்கள் அடுத்த பிறவியின் இறுதியில் திருடர்களின் பிடியில் அகப்பட்டுத் தவிப்பீர்கள்; அவர்கள் அச்சுறுத்துவார்களேயன்றி அவதிக்கு உள்ளாக்க மாட்டார்கள். பின்பு நீங்கள் விரைவில் சுவர்க்கத்தை அடைவீர்" என்று சபித்தார்; அதனால்தான் இந்தத் தேவதைப் பெண்களுக்கு இக்கேடு நேர்ந்தது" என்று விளக்கினார். பின்பு அருச்சுனன் தன் சகோதரர்கள் இருந்த இடத்துக்குச் சென்று தன் பெயரனாகிய பரீட்சித்துக்குப் பட்டாபிஷேகம் செய்துவிட்டு மற்றைய சகோதரர்களோடு வனத்துக்குச் சென்றான்.

இறுதியில் வனத்தில் வாழ்ந்த பாண்டவர்கள் ஐவரும், பாஞ்சாலியும், ஒவ்வொருவராக மடிந்து சொர்க்கத்தை அடைந்தனர்.

திவ்விய பிரபந்த சாரம்

பச்சை மாமலை போல் மேனி
பவளவாய்க் கமலச் செங்கண்
அச்சுதா! அமரர்ஏறே!
ஆயர்தம் கொழுந்தே என்னும்
இச்சுவைதவிர யான்போய்
இந்திரலோகம் ஆளும்
அச்சுவை பெறினும் வேண்டேன்
அரங்கமா நகர் உளானே!

-தொண்டரடிப் பொடியாழ்வார்

முற்றும்.

★★★

9 788199 887732